ங்ஙா!!!
(மழலை முதல் மொழி)

சி.விஜய்

Copyright © Vijay.s
All Rights Reserved.

ISBN 979-888569677-7

This book has been published with all efforts taken to make the material error-free after the consent of the author. However, the author and the publisher do not assume and hereby disclaim any liability to any party for any loss, damage, or disruption caused by errors or omissions, whether such errors or omissions result from negligence, accident, or any other cause.

While every effort has been made to avoid any mistake or omission, this publication is being sold on the condition and understanding that neither the author nor the publishers or printers would be liable in any manner to any person by reason of any mistake or omission in this publication or for any action taken or omitted to be taken or advice rendered or accepted on the basis of this work. For any defect in printing or binding the publishers will be liable only to replace the defective copy by another copy of this work then available.

"யாதுமாகி நின்று எனக்குதமிழோடு எல்லாம் அருளிய

என் தாய்க்கு சமர்ப்பணம்."

"அன்பும் அமுதம் அளித்தாள் - அன்னை

தமிழை அதனுள் குழைத்தாள்;

"அம்மா" என்ற பதத்தால் - அவளே

இதமாய் இதழில் நுழைத்தாள்"

தாயடி போற்றி...

பொருளடக்கம்

அணிந்துரை	ix
முன்னுரை	xi
முகவுரை	xiii
1. சத்துவம் உண்டா?	1
2. சத்திய சோதனை	2
3. பலரா? சிலரா?	3
4. சாகாத் தீ	4
5. என்னவளே	5
6. எங்கே அவன்?	6
7. ஒத்து உழைக்கும் இயக்கம்	7
8. ஒரு வேளை இருந்துவிட்டால்...?	8
9. மௌனம்	9
10. கல்வி வரம் கனவு	10
11. கேளே! தமிழ்ச் சுவையே!	12
12. நீதிச் சுவடி	13
13. நட்பு	17
14. காதல் என்பது.!	18
15. குழந்தை	19
16. உழைப்பு	20
17. காதற் கவி	21
18. நினைவில் நின்றவள்	22
19. மடக்கலைக் கூடங்களே..!	23
20. இலக்கு	24
21. சமப்பார்வை இது சமயப்பார்வை	25

பொருளடக்கம்

22. உலகியல்	27
23. மழை	29
24. உமிழும் வாயே! உமிழ்வாயே!	31
25. இரைக் கொள்கை	32
26. ஆதி வேதம் தேவையில்லை	33
27. உறையிடுங்கள் வாளுக்கு	35
28. மனிதம் காப்போம்!	36
29. எழுவாய்...!	38
30. பயனில்லை	39
31. காதல் ஒரு உயிர்விசை	41
32. நீயில்லை என்றானால்.!	46
33. நாள் குறிக்கப்பட்ட பின்...	48
34. என்னைப்போல!!!	50
35. நெடுநேரம் பேசு!	51
36. சருகைக்கேள்	54
37. வீசப்பட்டத் தூண்டில்களில்!!!	55
38. கண்ணாடிப் பதுமையே!	56
39. மறுசுழற்சி இரவு	57
40. மகளிரல்ல மன்னுயிர்	58
41. எங்கிருக்கிறாய் கண்ணே!	61
42. தேனியும்.! எறும்பும்.!	62
43. கனவுப்பெண்ணே!	63
44. ஜலதோச நாட்கள்!	66
45. காம்புத் தழும்பு	67

பொருளடக்கம்

46. அடாவடித் தோழி!	68
47. காவல்காரன்	70
48. தற்காலிகப்பிரிவு	72
49. விரட்டி வெளுத்துவிடு தமிழா!	74
50. அற்றைத் திங்கள் அவ்வெண்ணிலவில்!	76
51. ஓ! என் மனமே!	80
52. கண்ணே நீ தூங்கு!	82
53. நெடும்பயணம்	84
54. ஒவ்வொரு கூட்டிலும்	86
55. நேர்முகம்	87
56. அசைவிலா அது.!	88
57. பாணம்	89
58. சூறாவளிக்கொரு மடல்	90
59. நீயில்லா வகுப்பறையில்!	93
60. நாசம் பண்ணும் காசம்!	94
61. காக்கைப் பாட்டு	98

அணிந்துரை

தன்னிடம் இருக்கும் எந்தத் திறனையும் பொதுச்சமூகத்தின் நலனுக்காக மனிதநேய நோக்குடன் பயன்படுத்த முயற்சிக்கும் பண்பு கொண்ட மாணவனாக திரு.சி.விஜய் அவர்களைக் காண்கிறேன். உறவுகள், நட்பு, காதல் உள்ளிட்ட நிகழ்ச்சிகளைத் தாண்டி, மனித உரிமை சார்ந்த தினசரி நிகழ்வுகள் முதல் நாடுகளுக்கிடையிலான போர்கள் வரை விவாதத்துக்கு உட்பட்டிருக்கின்றன. அரசியல், தத்துவியல், மானுடவியல் கருத்துக்களுடனான படைப்பாளரின் சிந்தனைகள் கவிதைகள்தோறும் விரவிக் கிடக்கின்றன. சுற்றுச்சூழலை கூர்ந்து அவதானித்து சமூகக் கட்டமைப்புகளோடு பொருத்திப் பார்த்து அழகிய சொல்லாட்சி வழியாக முன்வைக்கப்பட்டுள்ளமை கவர்கிறது.

இந்நூலைப் படித்து முடிக்கையில் சாதி, சமயம், இனம், மொழி, நிறம் என சமூகப் பிரிவினைகளுக்கு தீர்வு காண முயற்சிக்கும் தன்னுணர்ச்சிப் பாடல்களாக அமைந்து வாசக மனத்தோடு விவாதத்தை நிகழ்த்துகிறது. மாணவர் விஜய் அவர்களிடமிருந்து தொடர்ந்து பல படைப்புகள் தமிழுலகிற்கு கிடைக்கப்பெற இந்நூல் முதற்படியாய் அமைந்து சிறப்புற அன்போடு வாழ்த்துகிறேன்.

22.02.2015

முனைவர். எடல் மேபல் குயின்
தமிழ்த்துறை தலைவர்
ஹோலிகிராஸ் மகளிர் கல்லூரி.
நாகர்கோயில்

முன்னுரை

தமிழ் கற்கும் ஆர்வமும், சமூக அக்கறையும் மிக்க மாணவன் விஜய். மாற்றுச் சிந்தனையுடன் இலக்கியங்களை அணுகுவதும் ஆழமாக விவாதிப்பதுமாக மாணவரின் வகுப்பறை செயல்பாடுகளை உற்றுநோக்கி வியந்திருக்கிறேன். நல்ல உச்சரிப்பும் சொற்களஞ்சிய வளமும் இயல்பிலேயே வாய்க்கப் பெற்ற எம் மாணவன் தனது தொடர் வாசிப்பு மற்றும் களச்செயல்பாடுகளின் வழியாக படைப்பிலக்கிய உந்துதலைப் பெற்றிருப்பதை நன்கறிவேன்.

தமிழ் இளங்கலை மாணவனின் முதல் முயற்சியாக அமைந்துள்ள இந்நூல் விவாதத்துக்குரிய கருத்துக்களையும், அழகியல் ததும்பும் வருணனைகளையும் சுமந்து நின்று, நல்ல வாசிப்பு அனுபவத்தைத் தருகிறது. ஆக்கியோனின் சிந்தனைகளை தரமான சொல்லாட்சிகளால் எளிதாக உய்த்துணர முடிகிறது. அன்பு மாணவர் விஜய் அவர்களின் படைப்பிலக்கிய வரிசையில் முதல் வெளியீடாக அமைந்துள்ள இக்கவிதை நூல் நற்தொடக்கமாக அமைய வாழ்த்துகிறேன். இனிய இலக்கியப் பயணம் சிறக்கட்டும்.

16.03.2015

முனைவர். பிரகாச நித்திலாவதி
தமிழ்த்துறைத் தலைவர்
ஸ்காட் கிறித்தவக் கல்லூரி.
நாகர்கோயில்

முகவுரை

தமிழ் பாட நாவெடுத்த ஒரு மழலையின் கிள்ளை மொழியே இந்த “ங்ஙா”.

தமிழ் இளங்கலை மாணவர் பருவத்தில் நூலகங்கள், வகுப்பறை மற்றும் படைப்பிலக்கிய விவாதங்கள், முற்போக்கு இயக்கப் பங்கேற்புகள் வழியே கிடைக்கப் பெற்ற வாழ்வனு-பவங்களைப் பதிவுசெய்ய முயற்சித்ததன் விளைவு இந்நூல்.

எமது தமிழாசிரியர்களின் தமிழ் உச்சரிப்பு, அவர்தம் தித்திக்கும் இலக்கிய எடுத்தோது முறைகள் வழி அறி-யப்பெற்ற சமூகம் குறித்த பார்வைகளே இந்நூலில் இடம்-பெற்றுள்ளன. தமிழ்ப்பாடத்துடன் சமூக நோக்குகளையும் முற்போக்குச் சிந்தனையையும் என்னில் ஊன்றி, படைப்பி-லக்கிய நோக்கு பெறச்செய்த என் மதிப்பிற்குரிய தமிழாசிரி-யர்களை வணங்குகிறேன்.

ஒரு தமிழ் இளங்கலை மாணவனின் படைப்பிலக்கிய ஆர்வத்தின் விளைச்சலாக தமிழ்ச்சமூகம் இந்நூலை ஏற்கும் என நம்புகிறேன்.

சி.விஜய்

1. சத்துவம் உண்டா?

பித்தா! பிறைசூடிப் பெருமானே! - பிச்சை
எடுத்தா நின்பதம் புக வேண்டும்..?
கர்த்தா! அன்பு சொன்ன அருமலரே!
செத்தா நின் சொர்க்கம் காண வேண்டும்..?
முத்தாய் எழுந்த நபி பெருமானே! - ஆயுதம்
ஏந்தியா அமைதியைப் பெறவேண்டும்..?
புத்தா! ஆசை மறுத்தப் புதியோனே - இன்பந்
துறந்தா மெய்ஞானம் அடைய வேண்டும்..?
பெத்தாள்! ஆத்தா!
சாதி மதப் பேதம் நிறை உலகில்.!
சத்துவம் உண்டா? சுத்தாரே! சுத்தாரே!!
பிரிவு அழித்து உயர்வு அளித்திடவே..?

2. சத்திய சோதனை

புல்லுக்கும் புராணஞ் சொல்லி புழுகு இயற்றி,
கல்லுக்கும் கதையெழுதிக் கணக்கும் உரைக்கும்
கமண்டலத்தார் கட்டியக் கோட்டையில்
காலனிக் காவுக் கூட்டத்து முன்
மானியங்கோரி மணிமுடிகள் மண்டியிட
மானமுள்ள உழுகுடி ஒன்றாய்த் திரட்டியதே
காந்தியச் சாதனை!
ஜரிகை அங்க வஸ்திரங்கள் வரலாற்றிலிருக்க
எரிந்த அரையுடற் கோவணக் கச்சைகள்
ஈகியச் சாம்பலாய் குப்பைக்குச் செல்ல - சுதந்திரப்
போகியைக் கொண்டாடிக் களிக்கிறார்
ஐயகோ! வேதனை!
அமைதியை ஆயுதமாக்கி
அணிதிரட்டி வென்ற காந்தியம்
அன்பில் பிணைத்து மறுத்ததும் அறுத்து
இணைத்து அதை வேள்வியர்க்குத்
தின்னக் கொடுத்ததுவே.! சத்திய சோதனை.!

3. பலரா? சிலரா?

*தேடல்கள் அளித்த கோடுகள்
மாடங்களில் சென்று கூடின - மதப்
பீடங்கள் அளித்த பாடங்கள்
ஊடகக் காட்சியாய் ஆடல்கள்.
வாழ்வின்,
விடைதேடி நெடுஞ்சாண் கிடையாகி
இடையிலாது மதக்கூடம் நடையாகி
கடைவிரித்தவர் தொழு படையேகி — மானங்கெட
மட மாந்தர் மதங்கொண்டார்..!
நித்தியம் எங்கென நித்தமும்
சத்தியம் அறியாதே பத்தியம் பல கொண்டு,
சாத்தியமில்லா தோத்திரங்களாலே
பித்தியம் கொண்டு ஏத்தினவாறே..!
மூடர் பலராக... மூர்க்கர் சிலராக...
முன்னை முடக்கங்களுக்கே
பலரும் உறவானார்.!*

4. சாகாத் தீ

விதி வீதி நெடுக ஓர் பயணம் - ஆதிமுதற்
பாதிவழி போகுமுன் அங்கே ஓர் சோதி!
ஓதினரே பல்புலவோர் அறமென இச்சேதி!
சாதி மறுத்தச் சிந்தையதே சமத்துவச் சமூகநீதி!
ஓதியுள்ள மறைகளெல்லாம் தீதெனவே சாத்தி - சம
நீதியுடன் மொழிவதெல்லாம் திருவுடன் கொண்டேத்தி,
மீதியுற்ற மாந்தருள்ளே அந்நீதிதனை ஊற்றி,
சாதியதைத் தீட்டாக்கிப் போடலாமே மாற்றி.!

5. என்னவளே

ருதுவே! எழிலே! அழகே! அமுதே!
முகிலே! முகில் கண்டாடும் மயிலே!
கனியே! நீயென் தனிருசி இனியே!
கதியே! என் மதியதை மயக்கிய முழுமதியே!
ருதுவே! என் கழனியின் கற்பகத் தருவே!
பாவியே! மேவிய என்மனம் ஏவியப் பாவியே!
திருவே! எனை சிறை செய்தத் திருஉருவே!
பரமே! என் நரம்புகள் இசைக்கும் தீஞ்சுரமே!
புதிரே! உதிரமெல்லாம் அதிரச்செய்த கதிரே!
தீயே! என்னுள் தீயன பல எரித்த தீயே! நீயே!
மங்கையே! என் பாவங்கழுவிய செங்கையே! கங்கையே!
செல்வமே! பல்வகை சொல்வகை எனக்குள் வைத்த செல்வமே!
என்னவளே! என்றும் என் துணை ஆனவளே! என்னவளே!

6. எங்கே அவன்?

காசாவில் முகம்மது நபி அன்பெங்கே?
ஈராக்கில் ஈசா நபி கருணை எங்கே?
ஆராதனை தன்னில் அவதரிப்போர்
ஆட்கொலைப் போழ்தில் ஆள்மாறாட்டமோ?
காசாவில் கர்த்தன் கொலையாளியே!
ஈராக்கில் நபியவர் தீவிரவாதியே!
தட்டிக்கேளா சிவனும் சதியரே!
திட்டி உரையா புத்தனும் குற்றத்தானே!
ஆராதனைக்கு வருபவன் தான்!
ஆட்கொலைக்கு காரணன் ஆனான்!
எங்கே அவன்?

7. ஒத்து உழைக்கும் இயக்கம்

மரக்காணக் குடிசைகளே! - ஏன்
இன்னும் புகைகின்றீர்.?
தழலில் நீரூற்றுங்கள்.! இல்லையேல்,
மழைப் பொழிய வழிவிடுங்கள்.!
தருமபுரித் தண்டவாளங்களே! - ஏன்
தடம் புரண்டே நிற்கிறீர்கள்..?
சீரமையுங்கள்.! இல்லையேல்,
சீரமைக்கிறேன் வழிவிடுங்கள்.!
இளவரசர்களின் காதலைச்
சிதைத்து சிதைக்குத் தீயிட்டீர்கள்.!
அந்த தீ என்னுள் கனல்கிறது - நீர்
அறியீர் மடமக்காள் காதலொரு காட்டுத் தீ.!
சாதீயம் குறித்தும் மறுத்தும் கவிபாடும்
கவிகளில் நானே கடைக் கவியாகட்டும்!
சுயமரியாதை காதலில் துளிர்க்கட்டும்..!
உரமிட வேண்டாம்.! தடையிடாதிருங்கள்.!
ஒத்து உழைப்பீர்.! கொடுஞ்சாதி மறுப்பீரே.!

8. ஒரு வேளை இருந்துவிட்டால்...?

மறுப்போர்க்கு நரகமாம்!
அக்கினி அவியாதாம்! அமையாதாம்!
முகவரி இல்லாக் கடவுளின் முடிவுரை இது!
சொர்க்கத்து சொலவடை சோரம்போனால் - பலர்
சோத்துக்கு சோகப் பாட்டுதான்!
சுரண்டிக் கொழுத்த தொங்குச் சதைகள்
உருகொடுத்த திருநிலைப் புரளி மதம்.!
இருக்கிறானா நானறியேன்.!
இல்லையென்றும் உணர்ந்தறியோம்.!
இல்லையென்றால் நட்டமில்லை.
ஒருவேளை இருந்துவிட்டால்..?
ஆக,
ஊதியமின்றி... பலனை எதிர்பாராது...
உழைப்பதைக் கொழுத்தவர்க்கு அளித்து
பிழைத்துக்கொள்.! சொர்க்கம் நிச்சயம்..!
காணிக்கைப் பெட்டிகளின் எடை குறையாததால்
இந்த தர்க்கம் இப்போதைக்கு ஓயாது.!

9. மௌனம்

பேசாச் சொற்களின் வீச்சம்
உடைந்த மனதின் தேக்கம்!
உற்று நோக்கி உட்சென்றால்
ஒப்பாரி ஓலம்...!
விவரிக்க வார்த்தைத் தடுமாறுகையில்
துணைபுரிய வருகின்ற அகராதி..!
கோபத்தின் கோரமும்
களிப்பின் விளிம்பும் ஏக்கமும்
பனித்த கண்களின் பற்றாக்குறையும் - என்றிதன்
இன்முகம் பண்பட்ட பன்முகமே..!
தொடர்புக்குத் தரப்பட்ட
தொலையாதக் கூச்சல்...!
மௌனம்...!

10. கல்வி வரம் கனவு

வழிந்த கண்ணீர் துடைத்திலையேல் - இவ்
இழிந்த உலகைப் பழித்துரைப்பேன்..!
ஏழைக்குப்....
பரிவென்றே பிரிவினைக் கற்பித்து
சரியெங்கள் முறையென்று
வரிந்து கட்டி வஞ்சத்தார்
வாதிடவும் வருகின்றார்.!
கல்வி ஒரு வரமாம் - அது
இறையவரால் தரப்படுமாம்..! கேலிக்கூத்து.!
வரம் தரும் மூடர்கள் இப்போதே தாம் எரிசெய்த
யாகக்குச்சிகளிடம் மன்னிப்புக் கோர வேண்டும்..!
எம் கல்வி இப்படிப் போக...
பணமுடையோர் முடிவெடுத்தால்!
கடவுளருக்கென்ன வேலை - காவல்
முடியுடையரசருக் கென்ன வேலை?
பொறியியலில் பொறியிட்டு எரிசெய்தவன் யார்.?
கனவுகளோடு எல்லாம் எரிகிறது..!
ஒட்டி வைத்த முகங்களைச் சற்றே
ஓட்டி வைக்க வாருங்கள்.!
காசுக்கே கல்வி கல்வியென்றால் - அது
கலவி விற்கும் தன்மையதே.!
கையேந்தி அழைக்கிறார்கள் கல்வி வள்ளல்கள்.!
வருண பேதம் வாழவிடாது மிரட்டி விரட்டுகிறது....!
அரசே! சற்று யோசிக்கவே

உன்னை யாசிக்கிறேன்....!
கல்வி சரிநிகரென்றால்..! அடிப்படை வாழ்வுரிமை என்றால்.!
அறிவியலே கல்வியென்றால்..! அது அனைவர்க்கும் சமமென்றால்.!
மற்றவை கற்பனைக்கு..!!!

11. கேளே! தமிழ்ச் சுவையே!

பாழே! பாழே! இனி பழையன பாழே!
புதுமைகளில்லா புதுமையும் பாழே!
கேளே! கேளே! இனியன கேளே!
கலைமகள் கைத்திற இசைத்தமிழ் கேளே!
வீணே! வீணே ஆத்திகம் வீணே! - அதன்
சாத்தியமில்லா தோத்திரம் வீணே!
நாணே! நாணே! கல்லாமைக்கு நாணே!
யாக்கையின் சாரம் நரம்பெனும் நாணே!
தூணே! தூணே! கவிக்கிசைத் தூணே!
வாய்மையும் வலிமையும் ஆண்மையின் தூணே!
அடியே! அடியே! பொய்யில் புலவரின் அடியே!
அறம் பொருளின்பந்தருங் குறளதின் அடியே!
அணையே! அணையே! சாதித்தீ அணையே!
பிரிவினைப் பிரிய தழுவியர வணையே!
துணையே! துணையே! எனக்கவள் துணையே!
கம்பநாடெனன் காதற்குத் துணையே!
இணையே! இணையே! மும்மத மிணையே!
பிணை விலங்ககற்றி ஆண்பெண் ணினையே!
எனையே! உனையே! தமிழால் இணையே!
சுனையே! தமிழே! தனித்தமிழ் சுவையே!

12. நீதிச் சுவடி

- வலியது உளதேல் இல்லார்க்கு உதவு.
- விலக்கேதும் இல்லா விதியது செய்.
- ஏழமை கண்டு தோழமை விடாய்.
- கண்ணது கண்டு எண்ணம் பிறழாய்.
- துறையது எல்லாம் கரையது காண்.
- அமரும் சமரும் மனத்துள் கொள்.
- தேக்கிய அவாவது ஆக்கிடப் பழகு.
- பணியாட்குப் பொருள் சலியாது கொடு.
- சாலை தோறும் சோலை ஆக்கு.
- பழியேதும் வாரா தொழிலது செய்.
- பகையென உலகில் ஒருவரும் வேண்டா.
- தகைமை உடையான் கையது பற்று.

- *தளையே ஆயினும் களையெனில் நீக்கு.*
- *கற்பினைப் போன்றே நட்பினைப் பேணு.*
- *எல்லையில்லாப் பேச்சு தொல்லையைத் தரும்.*
- *வறியோர்க்கு இட்டவை இறையைச் சேரும்.*
- *தாயும் மொழியும் தனக்தெனக் கொள்.*
- *நண்ணிய தோல்வியில் கண்ணீர் வடியாய்.*
- *உற்றார் உறும் துயர் உனதென நினை.*
- *தன்னை ஆய்வான் மண்ணை வெல்வான்.*
- *இழப்புகள் எல்லாம் ஈடாக்கல் ஆகாது.*
- *அவனி அழித்தேனும் அன்னைக்கு அமுது செய்.*
- *வேதமாம் காதல். உணர்வு வழி அறிக.*
- *நாணயம் மிகுந்தும் நா நயம் கெடாய்.*
- *பட்டறிவும் ஏட்டறிவும் பகுத்தறிவில் முற்றும்.*
- *தெய்வப் பயமும் தீவனையிற் காக்கும்.*

- கற்றேத்திய தெல்லாம் உரைத்தல் பழகு.

- பல்வகைத் திறனே கலையென ஆகும்.

- கற்றிலனாயினும் முன் இழிதல் கேடே.

- ஆசான் வாய்மொழி அசட்டை நீக்கும்.

- தேர்ந்த கலையில் தலைநிலை நிற்பாய்.

- ஈட்டியப் பொருளே ஈகையால் நிலைக்கும்.

- விலக்குகள் இல்லா விதிகளும் இல்லை.

- மோதலைக் காணா காதலும் இல்லை.

- ஆசான் எல்லாம் தெளிந்தோன் இல்லை.

- மாணாக்கான் எல்லாம் பேதையும் இல்லை.

- தகப்பன் நாமம் தகைமை இல்லை.

- சாத்திரம் தீதறு சூத்திரம் இல்லை.

- பாவம் இலாதது சாதியில் இல்லை.

- நோவும் சாபமும் நல்லோர்க் கில்லை.

- சாவும் சபலமும் துறவோர்க் கில்லை.

- வேவும் தூதும் துணிந்தோர்க் கில்லை.

- பிரிவினை யாவும் பிரிந்தவன் மனிதன்.

- வியத்தக்கச் செய்து விந்தையராகுக.

- அன்புடை மாந்தரை அறமது சேரும்.

- பண்புடை மாந்தரை பைந்தமிழ் பாடும்.

- மனிதமே மாண்பெனச் சாற்றிடப் பழகு.

- புனிதம் யாவையும் வினவப் பழகு.

- இயல்பொடு ஏற்பதே நட்டோர்க் கழகு.

- கற்றோராயின் கருத்தோடமைக.

- உடல்வலி யார்க்கும் ஒருபோல் தானே.!

- ஆக்கிட ஆகாதன அழித்தல் கேடாம்.

- நாளும் புதுக்கும் தன்மையதிவ் உலகு.

13. நட்பு

இது என வரைதல் யார்க்கும் அரிது!

அது ஒரு உறவு.! யார்க்கும் எளிது! மிக்கு எளிது!

எட்டில்...

பாதி கடித்த மிட்டாயும் பங்கிடுமாய்...

மீறி வழியும் மூக்குச் சீழும் துடைப்புமாய்... - புட்டம்

தேய விழுந்த காற்சட்டை ஓட்டையும், மறைப்புமாய்...

அழுகை கண்டு அழுகையுமாய்..! நட்பு...!

பதினெட்டில்:

தீதோ, நன்றோ, திண்தோளும் தாங்கலுமாய்...

மனம் அழிந்து வழியும், காதலும், தூதுமாய்...

செய் தவறுகள் தானேற்றலும், அது மறுத்தலுமாய்...

இழப்புகளிலும் கசிதலும், வெகுளலுமாய்...! நட்பு...!

கால மாற்றத்தில் கரையாது! கறையேறாது! - மாறுங்

காலத்துள் மாறா அக்கறை...!

நட்பு...!

14. காதல் என்பது.!

கடவுளைப் போல - உலகில்
ஆதியிலா முடிவிலி காதல்...!
புலவனைப் போல - தமிழில்
பொய்யே மூலதனமான மெய்மொழி காதல்..!
குழந்தையைப் போல - அன்பில்
அழைத்தாரிடம் அமையும், அழும் காதல்..!
ஓவியம் போல - பெண்ணில்
கனவை எழுதும் தூரிகை காதல்..!
என்னைப் போல - என்றென்றும்
சாதிக்கும் மதத்துக்கும் சவக்குழி காதல்..!
என்னவள் போல் - என்னில்
வலியும் சுகமும் வைப்பது காதல்...!
காதல் போல!
காதல் என்பது அன்பின் வழியது..!

15. குழந்தை

தந்தையின் ஆண்மை!
தாயின் பெண்மை!
சுற்றத்து மகிழ்வு!
முற்றத்து நிகழ்வு!
யாவும் உறுதி செய்யும் சம்பத்தே..!
உந்தன்...
மூக்கு வழி வழியுந் தேனும்....
கன்னத்து வழியும் கண்ணீரும்...
உதட்டோரம் இளகும் கோழைச் சாறும்...
கீச்சு ஒலிக் கூச்சல்களும்....
குவி இதழ் மென் முத்தமும்....
நறும் மூத்திர வீச்சமும்...
பொக்கை வாய் போக்குகளும்...
தளிர் விரல் தடவல்களும்....
கிட்டியவன், இறை வரம் எட்டியவன்!
ரசித்தால், சில நாளிகை வசித்தால்,
அரக்கனும் மனிதம் கொள்வான்.
அடங்கித் தன்னுள் முடங்கிக் கொள்வான்!
குழந்தையிடம் குழந்தையாய்..!

16. உழைப்பு

உலகைக் கட்டமைத்த மந்திரம் - உடல்
வியர்க்கச் செய்யும் தந்திரம்.!
நோயெலாம் விரட்டும் இத்திறம் — இன்று
சோடைபோனக் காரணம் எந்திரம்!
பிழைப்பு வாதிகளின் மூலதனம் - தினம்
சளைக்காது உழைப்போர்க்கு தரும் தனம்!
உழைக்கத் துணிவோர்க்கே பெருங்கனம் - அவரே
முளைக்கக் காண்பார் நலம் தினம்!
கழனியில் தொடங்கியது — இன்று
கணினி வரைத் தொடர்கிறது.!
உழைக்க மறுத்தவர் சுரண்டலானார்
உழைக்கும் திறத்தார் உழைத்துக் கொடுத்தார்.!
உழைப்பவன் ஓர்மையில் தான்
உரிமைகள் உனதாகும்.!
வளம் வேண்டும் யாவர்க்கும் - பெரு
வரம் தரும் மந்திரம் "உழைப்பு".!

17. காதற் கவி

இரவுகள் யாவும் இரணகளம் என்றாக..! - அவள்
உறவினைத் தேடி தினந்தினம் சாக...
உயிர்ப்பித்து உயிர்தந்தே கொன்றுப் புதைக்கிறது..!
தினம் புது உயிராய் பிறக்கிறேன்!
இன்று இப்போது இறக்கிறேன்!
மறுபிறவியும் இங்ஙனம் சேர இலக்கு..!
குரல்வளை வந்த ஒலி
குவிந்த இதழ் கண்டதாலே!
குதித்துக் கும்மாளமிட்டுக்
கூக்குரலாய் ஒலித்தது கேள்!
மனதில் போர்ப்பறை இடிக்க...
மௌனமாய் வாய் அடைக்க...
சப்தமின்றி ஓர் சமர் - அவள்
முத்தமிட எத்தனித்த பொழுதுகளில்..!

18. நினைவில் நின்றவள்

அவளுக்கென்று முன்வரலாறு ஒன்றுமில்லை!
அவள்முன் வரலாறுகளும் ஒன்றுமில்லை!
கோணல் மாணலான அவளிடம்
வரையறைகளும் கரை கடந்ததாய் சொன்னாள்!
விரிப்புகளின் மேலான விவரிப்புகளை
அவள் விரும்பவில்லை!
முதல் முத்தம் தவிர மற்றதெல்லாம்
முட்கீரல் என்கிறாள் முதிர்கன்னி!
அவளில் திரௌபதிகள்
அவளில் அருந்ததிகள்
அவளில் கண்ணகிகள்
இன்று அவள் மணிமேகலையாய்!
பொழுதுகளின் புலர்தல்களில் உயிர் உறையப் பயந்தாளாம்! -
இன்றோ
பொழுதுகளைப் பொருட்டில்லை என நயக்கின்றாள்!
செழியவளாய் மைதீட்டி நடந்தபோது
வழிகளெல்லாம் உரியவளாய் இருந்தாளாம் எல்லார்க்கும்!
போதவில்லை கால்வயிறு என்றே சோதனைகள் ஏற்றாளாம்!
போதுமென்று கெஞ்சிய போதும் - சில
போதாமைகள் உமிழ்தனவாம்!
பொழுதடையும் முன் போகணுமாம்!
போடாப் பொடியா என்று.! பொக்கை வாயால் சிரித்து..!
சுருக்குப்பை வெற்றிலையைக் கொறித்து..!
தொலைவாய் சென்றாள்! என் நினைவில் நின்றாள்!

19. மடக்கலைக் கூடங்களே..!

கழற்குடங்களே! உடைந்து போங்கள்..!
மடற் பனைகளே! சற்றே மடங்கிப் போங்கள்..!
கலைக் கூடங்களே! இவற்றை வெளியே வீசுங்கள்..!
இன்னுங் கொஞ்ச காலமே! - உன்னை
வலுவாய் கேட்டு வழிந்தோட செய்ய,
இளைனொருவன் வருவான் — அவன்
சமரச சரசங்களை ஏற்கான்..!
நீங்கள் கவனிக்க மறுத்து வீணாக்கி விளையாடிய
என் வினாக்களை - அவன்
புதுக்கிச் சொல்வான் - உம்மில் பல
விக்கிரமாதித்தர்கள் தலைச் சிதறிப்போவீர்கள்..!
பரிணமியுங்கள் விரைந்து பரிமளியுங்கள்..!
பரிவினை அவன் உமக்குப் பரிசளிக்க மாட்டான்..!
உம் கண் கசிவினும் அவன் மனங்கசியாது...!
கவலை பயம் அவன் மனம் அறியாது..!
பழமையில் புதைந்துக் குறுகாதீர் - அவனிடம்
அனலிடை மெழுகாவீர்.!

20. இலக்கு

எதிர்பார்ப்பையும் எதிர்ப்புகளையும் தரும்!
துடிப்பையும் நடிப்பையும் கொண்டு வரும்.
கொள்கைகளையும் கோமாளித்தனத்தையும்
வெளிக் கொணரும்.!
பலவற்றை நிர்ணயிக்கின்றது - இலக்கு
சிலவற்றை நிர்மூலமாக்குகிறது!
நிறையும் குறையும் முறையே காட்டும் - அது
ஆழ்மனத் துளையிட்டு அகழ்ந்துக் காட்டும் ....!
அறிந்தனவும் அறிவிக்கும் - இலக்கு
தெரியாதனவும் தெரிவிக்கும்.!
இலக்கியங்கள் காட்டிநிற்கும் மாமனிதம்,
இலக்கு நோக்கி வென்றவையும்,
இலக்கு இன்றி சென்றவையும் தான்.!
இலக்குகள் :
மனத்தைத் துரிதப்படுத்தும்!
புலங்களை வலிமையாக்கும்!
நெஞ்சை விரைப்பாக்கும்!
எண்ணப் புரை போக்கும்!
இலக்கு கொண்ட ஒருவனுக்கு
இலக்கும் இலக்கைக் கொண்டிருக்கிறது!
முயற்சியின் அளவொத்து மேன்மை
அளிப்பதுவே இலக்கின் இலக்கு!
இலக்கு இயலாமைப் போக்கும்
இலக்கிலான் மனிதருள் விலக்கு!

21. சமப்பார்வை இது சமயப்பார்வை

கடவுள்களைக் காப்பாற்ற கத்திக் கதறும் கனவான்களே!
அன்பும் ஆக்கமும் வலிமையும் எனது கடவுளுக்கே!
என்னவன் மட்டுமே கடவுளென மார்தட்டித் திரிவோரே!!!
உங்களுக்கொரு அரிய வாய்ப்பு!
பஞ்சத்தால் மனிதன் மாளுகின்ற மங்கோலியா!
எச்சம் உண்ணும் எத்தியோப்பியா!
சோரம் போன சோமாலியா!
தேசங்களுக்கு விரையுங்கள்....!!!
பூசை பரிமளங்களின் மிச்சங்களும்
அபிசேக நிவேத்தியங்களும் கொண்டோடுங்கள்!
உற்சவத்துச் செலவுகள் - அங்கே
பல சவங்களை வாழ வைக்கலாம்..!
கோபாலா! திருடி வெண்ணைத் தின்னத் தருவாயா?
மத மாற்றமே, மன மாற்றமென மடத்தன்மை கொண்டவரே?
செய்யும் கூட்டத்துச் செலவுகள் - இங்கே
பல்லுயிர் கூடிவாழ வழி திறக்கலாம்...!
மதுரசம் தந்த கிறிஸ்துவே!
பழரசம் தந்து பசியாற்ற வாரும்!
ஈச்சங்குலை வரவழைத்த நபியாரே..!
ஆயுதங்கள் வாங்கும் வசதி படைத்தோரே!
ஆயுதங்கள் விற்று பசி போக்கி - உயிருக்கு
ஆதாயமாக மாற்றலாமே!

கொலை ஒன்றே உம்மால் கூடும் என்றால்...
அனைவரையும் கொன்று முடியும்.!
மேலோகப் பூச்சாண்டிகளும்
புனிதப் பொட்டலங்களும்
அழுகி நாறுகின்றன.
உலகில் ஒரு உயிர் பசியால் இறக்கும் வரை,
இறக்கும் நிலை உள்ளவரை!
நான் கடவுள்... கடவுளின் பிரதி... பிரதிநிதி எனக் கூறித்திரிய யாருக்கும் தகுதியில்லை.!
சமப்பார்வை இது நமது சமயப்பார்வை!!!

22. உலகியல்

- ஏழாமறிவின் மாற்று நாமம் முட்டாள்தனமாம்.

- என்னளவிலான புள்ளி விவரப்படி, புள்ளி விவரங்கள் எல்லாம் போலிகளே!

- காவல் தெய்வத்தின் ஆயுதம் களவு போனது.

- காணிக்கைப் பெட்டிகள் கடவுளை கர்வமடையச் செய்யும்!

- மனம் காக்க மவுனம் காத்திடுங்கள்! தத்தம் மனங்காத்திடவே!

- முரசோ! முறமோ! சிறப்பது கொண்ட கைத்திறமல்லவோ!

- சாதியமிங்கே சாத்தியமற்றுப் போகட்டும்....!

- மதம் இங்கே மரித்துப் போகட்டும்! உயிர்த்தெழாதவாறு...!

- ஆறாம் அறிவே அதிக பிரசங்கித்தனமாம்!

- கடவுள் ஒரு செயற்கை, உண்மையில் அது இயற்கை!

- காற்றுள்ள போது தூற்றுதலினும், காசுள்ளோர் போற்றுதலினிதாம்!

- சேட்டையினதும் செட்டையில் அடைக்குமாம் பெட்டை.

- பேனாக்களிலே போர்ப் பறை ஒலிக்கட்டும்.

- வினாக்குறி வளைவில் வளையுது நீதி! நெழியுது மனிதம்! அழியுது புனிதம்!

23. மழை

மரங்களுக்கும் முகில்களுக்குமிடையே ஒரு பரிவர்த்தனை!
மரங்கள் சிற்சிலவாய் சேமிக்க! அதை
அசலும் வட்டியுமாய் வழங்கும் வங்கி முகில்!
வட்டியாய் வருவதே வரும்படி!
வருமானம்! வருணனின் மழை....!
வருணனின் இளமகள்
திக்குகளால் பருவமடைந்து
வாயுவோடு சல்லாபங்கொண்டு
புவியன்னை மடி நனைத்தாள்! - அவளதை
பல்வகை விருட்சங்களாய் பிரசவித்தாள்.!
விருட்சங்கள் வியர்வை சிந்த
வருணமகள் பருவங்கொண்டு
உலகியக்கும் பேறடைவாள்.!
புவியவளின் மகவுகளை மானுடராம்
யாசகர்கள் வஞ்சகமாய் வளர்த்தழித்து
கருவறுப்புச் செய்யலாமோ.!
நட்டவர் வெட்டுவதில்லை.! தவறி
வெட்டியவர்கள் நட்டதுமில்லை.!
ஆகையால்,
வருணமகள் பருவமெய்யாதுத் தவிக்கிறாள்....!
முறையற்றுப் போன மரங்களின்
சீதனம் குறைவதால் வாயுவும்
சல்லாபிக்க இணங்குவதில்லை போலும்!
எமக்கோ உபாயம் வேறில்லை...!

முறையாய் பொழிந்தால் குடையெடுப்பேன்! இல்லையேல்,
மரங்களை வேண்டிப் படையெடுப்பேன்.!
வருணமகள் வனப்பும் எழிலும்
இனியென்று நன்றாய் காண்பேனோ!

24. உமிழும் வாயே! உமிழ்வாயே!

காட்சியில் கசடுண்டாயின்
விழி ஒளியை உமிழட்டும்....!
கழனியில் கரடுண்டாயின்
கருமேகமது உமிழட்டும்....!
தரணியில் போருண்டாயின்
ஓரருள் நா உமிழட்டும்...!
சரணினான் மார்த்துண்டாயின்
ஈரநா உமிழட்டும்....!
கடவுளால் பிரிவுண்டாயின்
பழித்து நா உமிழட்டும்...!
காதலால் பிரிவுண்டாயின்
கருணை விழி உமிழட்டும்...
நட்பினான் பிரிவுண்டாயின்
செங்கையது உமிழட்டும்....!
தமிழினார்க்கு இழிவுண்டாயின்
தகித்து விழி உமிழட்டும்..!
இக்கவியும் மட்குண்டால்,
மனுகுலத்தை நானுமிழ!
உமிழும் வாயே! நீ உமிழ்வாயே!!!

25. இரைக் கொள்கை

என் வீட்டுக் கொல்லை புறத்தில்
ஓர் உணவு பகிர்மான
மசோதாவை நிறைவேற்ற,
குரல் வாக்கெடுப்பைக்
கூக்குரலிட்டு நடத்தினேன்..!
அடடா! எத்தனை சுர நயங்கள்!!
கீச்சென்றது ஒன்று! கொக்கரித்தது ஒன்றுமாக!
காட்சிகள் சோத்துச் சண்டை!
பசி பலி கொள்வதன் குரூர வெளிப்பாடு!
கொண்டது எல்லாம் முண்டுந் திறனுடையன!
மீதம்....? வேற்றாய் முற்றங் கிண்டின!
இருப்பினும் ஏனோ?
மற்றொரு அரிசி போட மனமில்லை!
புசிக்க ஒன்றுமில்லாத அங்கலாய்ப்பில்
அழகின் அவதானிப்பை ரசித்தேன்!
கோழிக்கு நான்..! பூமிக்கு கடவுள்....!
இப்படித்தான் மனித-கடவுள் உறவோ...?

26. ஆதி வேதம் தேவையில்லை

அருகிவரும் ஓர் விலங்கினம் மனிதன்!
பரிணாமம் பல கண்ட அரிய விலங்கினம்!
கலையென கல்வியும் மலையென மதியும் - கொண்டு
உயிர்களுள் தலை நிலை கொண்டவன்...
அறியாமைச் சுவடுகள்
மிச்ச எச்சமாய் உச்சம் பெற்று நிற்கின்றன..!
இவனால் பிரிவினைகளைப் பிரிய இயலவில்லை..!
சாதியம் மறுத்துச் சந்தை வழிபேசி..
சடுதியில் அச்சதியினை உடுத்திக் கொள்கிறான்....!
காதல் இவற்றை உடைக்குமென்றாலோ!
இன்று காதல்களும் சாதி மதத்துக்குள்
அடிபட்டு அடைபட்டுப் போயின..!
அன்பினைச் சொன்னான் ஆண்டவ மனிதன்
அவனை வணங்கி வந்தான்....
காணிக்கை மிகுதி கண்ணியம் கெடுத்தது!
அவனவனும் ஆண்டவனின் பிரதியானான்....!
ஆண்டவனின் பிரதியும் கூடத்தான் ஆனான்....!
விக்கிரமாதித்தனாய் வாழக் கேட்பார்கள் - நீ
வேதாளமானால் - உனை
வேப்பிலையால் கையாள்வார்கள்!
ஆயிரம் தலைகள் சிதறியேனும்
மேவிய மனத் தடைகள் தெரிந்திடுவாய்...!

ங்ஙா!!!

ஆதி வேதம் தேவையில்லை... - புதிய
நீதிவேதம் ஒன்று செய்வாய்..!

27. உறையிடுங்கள் வாளுக்கு

கூடுகளைக் கலைத்தீர்
குருவிகளின் குருதியில்
கூடிக் களித்தீர்
குடி கெடுத்தீரே!
பாரார் பலர் பேசிப் பொருந்தா - நீவீர்
அறிந்திருந்தும் மறை மறந்திருந்தீரே!
உறையிடுங்களடா வாள்களுக்கு - இங்கே
உறையாத கண்ணீர் ஓடுதடா....!
மௌனங்களைக் கிளறிப் பார்த்தேன்
ஓலங்களே மிச்சம்...!
வாயின் வாயிலில் எட்டிப் பார்த்தேன்
வெறுமையும் வறுமையுமே மிச்சம்..!
ஆண்டவனும் தீயவன்! ஆள்பவனும் அங்ஙனமே!
ஈண்டு வீழ்ந்த உடலத்தனையும்
பண்டு பணிசெய்துக் கிடப்பவரே!
உடைந்த கட்டடங்களையல்ல!
உளக்கருத்து நிலைகளை கட்டமையுங்கள்..!
மழிந்து போன கேசங்களும்
இழிந்து போன நேசங்களும் - உனை
நயந்து சேரும் அன்பிலையால்..!
குருதிக் கறை வேண்டாமடா!
உறையிடு உன் வாளுக்கு....

28. மனிதம் காப்போம்!

தன்னலைச் சிறந்த யாவும்
தலைநிலை பெற்ற துண்டு..!
மன்பதின் மாண்பதுவும்
மனிதமே நாம் உணர்வோம்...!
கடையிடம் கிடக்குமொருவன்
தலையிடம் காண ஈண்டு
தடையொன் றுளக்காணின் - அதை
உடைத்தெறிந்தே மனிதம் காண்போம்...!
சாதிக்கும் தகைமை உள்ளோர்
சாதியெனும் பகைமை விட்டு
நீதிக்கு வழி திறந்து - அறம்
ஓதியே மனிதம் காண்போம்....!
காசுக்கே கல்வி என்றால் - அவள்
கலைமகளா? விலைமகளா?
மாசுபட்ட கல்வியினைத்
தூசுதட்டி மனிதம் காண்போம்...!
நால்வகை குற்றத்துள்ளே
நலமழிக்கும் மதுவுமுண்டு!
குலநலனே காக்க வேண்டி - மது
விலக்கி வைத்து மனிதம் காண்போம்...!
அன்பே நமது சமயமென்றால்
அதுவே சமய அவயமென்றால்
ஒன்றே தேவன் என்றேற்று
இன்றே கூடி மனிதங் காப்போம்...!

எதிர்கால உலகினுக்கு
நெகிழியே மலடென்றால்
நெகிழியைக் கழித்து விட்டு
விழிப்புடனே மனிதங் காப்போம்..!
அறமெனவே பலவுமுண்டு - நெறி
முறையெனவே மிகவுமுண்டு!
கறைநீக்கும் வழியவையே - அவை
முறைப்பேணி மனிதங் காப்போம்...!
பிரிவுகளைப் பேசிப்பேசி
பிரிந்திருந்தே அறுகிவிட்டோம்!
பிரிவுகளைப் பிhpந்துவிட்டு
பரிவுடனே மனிதங் காப்போம்....!
பண்டிருந்த பாங்குகளை - நாம்
கொண்டிருந்த உறவுகளை
இன்றிருந்து புதுக்கி வைத்து
என்றுமென்றும் மனிதங் காப்போம்...!
தன்னிலையிற் பிறழ்ந்ததெலாம்
மண்ணதிலே நிலைத்தில்லை!
மனிதனவன் மாண்பிதுவே
புனிதமென மனிதங் காப்போம்....!
மனிதம் மறந்த மனிதர்களே
இனிதம் மனதைக் கனியவிட்டு
புனிதமான மனிதம் பேணி - இனி
மனிதனாக மனிதங் காப்போம்....!

29. எழுவாய்...!

கற்பனைகளுக்குத் தின்னக்கொடுத்த
கனவுகளை மீட்டெடுக்கவாகிலும்
மீண்டும் எழுந்தாக வேண்டும்...!
மீண்டு எழுவேன்! - நான்
மீண்டும் எழுவேன்!
மீண்டும் விழுந்தாலும் - மீண்டும்
மீண்டு எழுவேன்.

30. பயனில்லை

முகவரி தொலைத்துவிட்டு,
முழுவதும் நனைந்துவிட்டு,
முன்னாள் நினைவழிந்து,
முயற்சித் திருவினையாக்குமென்று....!
பயன்படு பட்டாக்கத்தி
பயனின்றிப் படுக்கையாகி
செயலின்றிச் செல்லரித்துச்
செலவொழிந்து சினமழிந்து...,
முற்கால நினைவுகளைத்
தற்காலம் அசைபோட்டு,
தவிட்டு மூட்டையாகத்
தவித்துக் கிடக்கின்றேன்...!
பயனுறு நிலைக்காக...!
பயனிலை இன்றி செயலில்லை!
இரண்டும் இங்கு வேறில்லை...!
சுயத்தை...
போர்வைகளில் பொதிந்துகொண்டு,
கோரைப்பாயின் கோரப்பற்களில் நீளக்கிடத்தி
நிகழ்காலக் களநிலையை,
நிதர்சனங்களுக்குள் நியாயம் செய்துகொண்டே....
இராக்காலம் கடந்துவிட்டேன்...!
இதோ எழுந்தேன்!
இனி,
அழுக்கில்லா ஆடைகளைச்

சுருக்கின்றி சரிசெய்து,
தோல்பையைத் தோளிலிட்டு
தோற்கப் புறப்பாடு...!
பிச்சைப்புகினும் கற்கை நன்றென்றவர்
கண்முன் நில்லாதீர்!
கற்றதால், கற்றபின் பிச்சைப் புக்கியோர் பலருண்டு.!
ஆற்றொணாச் சினத்தை
அறச் சீற்றமாக்கித் தான்
அமைதி கொள்கிறேன்...!
இன்னும் எத்தனை நாள்
எரிமலையை நீரூற்றி ஆற்றிவைப்பேன்?
ஆறா காயங்கட்கொரு
தேறுதலைத் தேடித்தான்
தெருக்களைத் துளாவித்திரிகிறேன்...!
கனவுகளை இங்கேதான் எங்கேயோ தொலைத்தேன்...!
அட! நீங்களெல்லாம் யார்? இங்கு என்ன செய்கிறீர்கள்!?
அப்படியா? என்னைப்போலவா?
கற்காதவன் தலைக்குள்ளும்
கற்றவன் வாயிலும்
களிமண்ணின் ஆதிக்கம்... வேறென்ன சொல்ல!

31. காதல் ஒரு உயிர்விசை

ஆம்! காதல் ஒரு உயிர்விசையே!
பெற்றோரிடம் உற்ற காதல் பாசம்!
உற்றார் உறவோரிடம் பெற்ற காதல் பந்தம்!
தோழமையோடு கொண்ட காதல் நட்பு!
புத்தகக்காதல், புள்ளினக்காதல்,
என
புதுப்புதுக் காதலின் முகிழ்வில் தானே
மனிதம் தினமும் உயிர்பெற்று உலவுகிறது!
உயிர்கள் எல்லாம் கொள்ளும் உறவில்
மனிதக்காதல் ஒரு சிறுபங்கே!
ஈர்ப்பும் விலக்கும் காதற் காந்தத்தின் பொதுவியல்புகள்!
பிரிவினைகள் பிரிந்துவிட்டு உயிரிணையை ஈர்த்து நிற்கும்!
பேதமைகள், மேதமைகள் வேதமுறை எதுவும்
பலவும் தேவையில்லை! விலக்கித் தள்ளும்!
பாரதிகண்ட அக்கினிக்குஞ்சு காதல்!
அவன் தாசன் கண்ட சிம்புட்பறவை காதல்!
கோதை ஒருத்தி கோபாலன்மேல் கொண்டதும்
மீரா என்பாள் மீக்காதலால் மரபுகளை மிஞ்சியதும்
காதல் தான்... என்றாலும்!
காதலர் தாம் தண்டவாளங்களில்
கண்டம்சிதறி கிடப்பதுமேனோ?
சகமனித அன்புதான் மதங்களின் இலக்காம்.
எனில் காவிக்கும், பச்சைக்கும், வெள்ளைக்கும் இடையே
காதல் வந்தால் என்னவாம்...?

ங்ஙா!!!

தனிமனித மனங்களெல்லாம்
தூக்கிச் சுமந்த காதல் இன்று
தூற்றித் திரியும் காலமாய்
திரிந்துபோகக் காரணமென்ன?
உயிரின் தேவையான காதலை,
உடலின் தேவையென எள்ளுவதேன்?
பணமும், பகட்டும், நிறமும், இனமும்,
குலமும், சாதியும், மதமும் சரிநிகரென்றால் தான்,
அகங்கலந்து காதல் வருமென்றால்..?
அது காதலின் வகையில் சேராது!
கணிகையர் காமுகர் கயவர்களிடையிலான
உடல் வியாபார ஒப்பந்தமாகிப்போம்!
எனில் எது காதல்?
அது என்ன செய்யும்?
பிரித்து வைத்தப்பிரிவுகள் யாவையும்
தோலுரித்துக் கிழித்தெறியும்
காதலின் வல்லமை!
உயிர்களிரண்டு உறவுகொள்ள
உடலின்! உலகின்!
வரையறைகள் எதற்கு?
மென்மை தான் காதலின் புறத்தோற்றம்!
அன்புதான் தான் காதலின் அடிநாதம்!
ரவுத்திரம் காதலின் அகப்பொருண்மை!
காத்திரம் காதலின் ஆத்மார்த்தம்!
கயமைகள் யாவும் தடைபல இட்டும்,
காட்டாற்றுப் பாய்ச்சலாய்
கடைமடை வந்தேறும்!

குறுக்கத்தி மலருக்கும்
செருக்கத்தி வீச்சுக்கும்
முடிச்சுபோடும் காதல்!
புனிதங்களில் புதைபட்டு
புண்ணியமென புகுத்தப்பட்டவற்றில்
புதுமைகளை எழுதிப்பார்க்கும்! - காதல்
புதியோர் பூமி செய்யும்!
குரோதமும் குதர்க்கமும் பேசிப்பேசி
பேதமைகள் வளர்த்தெடுக்கும்,
குறுநரிகள் குரல்வளையைப்
பேர்த்தெடுத்துப் பீறிப்போடும்! - காதல்
நிச்சயமாய் மிச்சமின்றி கீறிப்போடும்!
காதலீர்!
மென்மையை பெண்மையிடம் வையும்!
கடுஞ்சின வன்மையாய் - இக்
கயவர் தலைக்கொய்யும்!
"காதலிற் சிறந்தது காமக்காதலே"
என்கிறது தமிழ்சங்க ஓலை!
ஐந்திணைக் காமத்தை காதலென்றும்!
காமத்துப்பாலை இன்பத்துப்பாலென்றும்
நாம அடைகள் மாற்றிவைத்து
நாகரீகம் என்றதெல்லாம்
நாம் மாற்ற வேண்டுமன்றோ!
காதலொன்றே பேரழகு!
காமக்காதலே பேரன்பு!
காதலும் நட்பும் ஒட்டிப்பிறந்த இரட்டையர்கள்!
ஓர் இதயக்குருதியைப் பரிமாறிக்கொள்பவை!

காதலின் நட்பு சிறப்பென்பார் அறியாதார்.!
நட்பின்றேல் காதலேது?
காதலின்றேல் நல்நட்பேது?
இரண்டும் உள்ளன்பின் மையமன்றோ!
ஓ! உலக மாந்தர்களே!
நம்மைப்பிரித்து வைக்க ஆயிரமுண்டு!
இணைத்து வைக்கக் காதலே உண்டு!
ஆதலினால் காதல் செய்வீர்!
கைகூடாக் காதலால் காதலே கூடாதென்றால்!
தாயன்பு கிட்டாதான் பிறப்பே பெறக்கூடாதே!
கூடும்வரை காதலிப்போம்!
உலகக் கூட்டுறவை காதல் செய்யும்!
ஆதலினால் காதல் செய்வோம்!
மீண்டும் கூறுகிறேன்!
காதல் ஒரு உயிரின் விசை!
காதல் சமத்துவ உலகைச் செதுக்கும் வல்லுளி!
காதல் பிரிவினைப் பேயழிக்கும் வாதை!
காதலொரு இயற்கைப் புரட்சி
காதலொரு சமநோக்கு மந்திரம்
காதலொரு உயிரிரக்க இயக்கம்
காதலொரு மானுடக் கூட்டுறவு.!
அன்பை மய்யமிட்ட வரம்பிலாக் காதலுக்கு
வர்க்கமில்லை வர்ணமில்லை.!
அது ஒரு இயற்கைச் சமநிலைக் கோட்பாடு.!
ஆதலினால் காதல் செய்வோம்!
ஆன மட்டும் காதலுக்குத் துணைநிற்போம்!
சொல்பவனை ஆராயாமல்

சொன்னதை ஆராய்வாய் தமிழினமே!

32. நீயில்லை என்றானால்.!

என் ஞாபக வனத்தின் நெடுமரங்கள்
கருகி காற்றில் கலக்கும்!
என் கனவுகளை சேமித்த உண்டியல்
களவு போய்விடும்!
என் நாட்காட்டியில் பக்கங்களை
வெற்றிடம் தின்னும்!
என் உறவுக்கப்பல் ஆர்டிக் சென்று
உறைந்து உறங்கும்!
என் நெடுஞ்சாலையில் முட்டுச் சந்துகள்
வந்துவிடலாம்!
என் பேனாக்களில் அமில மை நிரம்பி கனலைக் கக்கும்!
என் தோட்டத்துசெடிகள் கர்ப்பப் பையினை அறுத்து எறியும்!
என் இடுப்பின் வெள்ளிவடம் கழுத்தை நோக்கிப்பாயும்!
என் மலர்மனம் கோரங்களுக்கு பழகிக்கொள்ளும்
பின் பழகிக்கொல்லும்!
எனை வெட்டிவிட்ட கையை வெட்டத்தோன்றும்!
கட்டிப்பிடித்த நெஞ்சோ அதைத் தட்டிவிட்டு சிரிக்கும்!
எனது அச்சு முறிந்து கண்டமும் சரிந்து
வஞ்சனைக்கு வகிடெடுத்து?
துகிலுரிக்கின்ற கற்றாழை முட்களை தலையில் தாங்கும்!
இமை இதழ்கள் போய் வேலி முடிகளில் தங்கும்!
என் இருட்டுகள் போட்டியின்றி தேர்வாகும்!
என் வெளிச்சங்களை அனாதைமடங்கள் தத்தெடுக்கும்!
சிரிப்புகள் சிறைதேடிச் செல்லும்!

இசைநிறைந்த இரவுகள் முடக்கப்படும்!
நிசப்தங்களும் தடுக்கப்படும்!
அர்த்தசாம அழுகுரல்களுக்கு
தேசியவிருதுகள் அறிவிக்கப்படும்!
தலைவியே தலைவலியாவது
தலைவிதி என்றாகிடும்!
கொலையிலோ! தற்கொலையிலோ!
இறுதி அத்தியாயம் முடித்து வைக்கப்படலாம்!

33. நாள் குறிக்கப்பட்ட பின்...

(காதலை மறந்த நண்பனை இடித்துரைக்க.!)

நிச்சயிக்கப்பட்ட நாளில் நிச்சயமாய்
கயிறுகளில் முடிச்சுகள் விழலாம்!
நிச்சயமாய் நீ நிந்தித்தது உண்மையானால் ...!
மூன்றாம் முடிச்சின் இறுக்கத்தில்
மூச்சடங்கி மூர்ச்சையற்றிடும் காதல்..!
கதைபலப் பேசி வறண்டுபோனத்
தொண்டைகள்..! நெறிந்து முறிந்ததை!
வறட்சி காலத்திலும் ஈரம்கண்ட
உதடுகள்..! துடித்து வெடித்ததை!
காமமும் காதலும் கலந்துப் பிசைந்து,
ஊட்டி உறவாடிய உருண்டை விழிகள்..!
திணறி வெளிரி வெளியேறியதை!
உதட்டு முத்தத்துக்காகவே ஒதுக்கீடு செய்யப்பட்ட
முன்நெற்றி முற்றம்..! சிவந்துச் சிதறியதை!
சிந்தைச் சிதறடிக்கும் சிரிப்பின் கொள்கலனாம்
கிண்ணக் கன்னம்..! இழித்துக் கிழிந்ததை!
இவையாவும் நிச்சயம் நீ வந்துக் காண வேண்டும்..!
இணையோடு வலம்வந்த அந்தத் தீயின் தகிப்பில்..!
இறுக்கி முறுக்கி நீ போட்ட முடிச்சுகளில்..!
மூதேவிகள் எழுந்து உன் முக்காடாய் முகங்கொள்ளும்!
பரிகாரமில்லா சாபங்களுக்கு நீ
சம பந்தி ஆக்கப்படுவாய்!
நிச்சயம் நாளை நிச்சயமானால்

நிச்சயம் நானும் நின்னை
நிர்மூலம் ஆக்குவேன்!
நிச்சயமாய் நானும் சொல்கிறேன்! - நாளை
நிச்சயம் உன்னைக் கொல்கிறேன்..!
அர்த்தமற்ற நிச்சயத்தை நிறுத்து!
நிச்சயமாய் உன்னைத் திருத்து..!

34. என்னைப்போல!!!

தளிர்த்துச் செழித்தாலும்
கிளைத்துப் பூத்தாலும் - உறுதியாக
வெட்டப்படுவோமென்று தெரிந்தால்!
நீரூற்றி உரமிடுவது
வேலிக்காகவே என்பதை அறிந்தால்!
தான் ஒரு அழகு போகப்பொருளென உணர்ந்தால்!
பலவர்ணமும், பகட்டும்
கவரும் உடலமைப்பும்
இயற்கையல்ல செயற்கை எனப் புரிந்தால்!!!
இந்த குரோட்டன்ஸ் செடிகள்
தற்கொலை செய்துகொள்ளுமா?
இல்லையேல்,
கொலையே! நிகழ்ந்துவிட்ட பின்
தற்கொலை எதற்கென நகைக்குமா?
என்னைப்போல.................!!!!!!!

35. நெடுநேரம் பேசு!

பொழுதுகளுக்குப் போக்குகாட்டி,
பொழுதுபோக்கும் பேச்சுக்கள்!
சுற்றுமுற்றும் பார்ப்பதில்லை
முற்றிலும் வெற்றுக் கூச்சல்கள்!
அமைதிக்கும் கேட்காமல்
அதிர்ந்து பேசும் வித்தைகள்!
ஓலை அனுப்பியக் காலமுதல்
அலைபேசி காலம்வரை..!
விலைபேசா நாழிகைகள் இவை! - தமிழ்க்
கலைச்சொற்களின் ஊற்றுக்கள்!
உச்சுகொட்டி, அச்சம்காட்டி,
வாடா, போடா வசனங்கள்!
ம், ம் என்பது பதிலாக
ஆயிரம் அர்த்தம் அதில்வைத்து
சொல்லு என்ற சொல் உந்திவிட
அப்புறம் என்பதே அடுத்த நிலை.!
ஒலிக்காத சிற்சில சொல்கூட
சலிக்காத அன்பின் நினைவிடங்கள்!
கள்ளத்தனமாய் உரையாடி
காதல் என்று பெயர்ச்சூட்டி
செல்லம், வெல்லம், வாயாடி.!!!
ஐயோ! அந்நாள் வருமாடி!
அன்றைய நாளின் லட்சியமே -பேச்சு
எத்தனை மணிந்துளி என்பதுவே!

காரியக்காரர்கள் நாமிருவர் - நம்மில்
வீரியம் பெறுவது காதலதே!
இன்றோ!
காதல் மட்டும் காண்கின்றோம் - பேசிட
கானக்குயிலை காண்கிலேனே!
தேம்பும் நெஞ்சிங்கே காத்திருக்க,
தேவதை இன்னும் வரவில்லை!
வெயிலும், மழையும் கண்டபின்னும்
அழியாச் சங்கத்து ஓவியமாய்!
குளிரும், அனலும் தின்றபின்னும்
உனக்காய் இவனில் மிச்சமுண்டு!
மணிக்கணக்காய் முடியாதென்றால்
நாழிகையாகச் சுருக்கிடலாம்!
மனக்கணக்கு இன்னதென்று - நீ
உதிர்க்கும் மௌனம் காட்டிவிடும்!
உன்
பேசா சொற்களின் அகராதியொன்று
இரகசியமாக என்னிலுண்டு!
புரட்டிப்பார்த்தேன் ஏமாந்தேன்,
அமைதியின் அர்த்தம் மற்றொன்று
புறக்கணிப்பென்று கண்டதினால்!
பேசிப்பேசி உயிர்கொண்டோம்!
சொற்களினாலே உற்பத்தியாகி
அர்த்தங்களாலே கருக்கொண்டோம்!
வசனங்களிலே வளம்பெற்றோம்!
மௌனங்களாலே உரமிட்டோம்!
உள்ளங்கள் உரசி அனல்கொண்டோம்!

மெல்லப்பேசி ஆர்ப்பரித்தோம்!
இன்றைக்கு ஏனோ!?
பழையதைப்பேசி பொழுதைக் கழிக்க
கவிதை எழுதி காகிதம் கிழிக்க
நிமிடங்களோடு போரிட்டு
நாழிகைகளோடு நகர நினைத்து
நாள்கணக்காய் நகராமல்
முடங்கிக்கிடக்கும் என்னை
முடுக்கிவிடத் தேவையெல்லாம்
உன்
ஒற்றை அலைபேசி அழைப்பதுவே!
வருமா? வருவாய்! ஏக்கத்துடன் நான்.......!!!!!!

36. சருகைக்கேள்

வளமான வனத்தின்
வரலாற்றுப் பாடத்தை,
தளிர்த்துச் செழித்து,
வளர்ந்து உலர்ந்து,
சறுக்கி விழுந்த
சருகுகளிடம் கேள்.!
கண்டது மொழியும்..!

37. வீசப்பட்டத் தூண்டில்களில்!!!

மீனின் வெற்றியில்
மீனவன் தோல்வி!
மீனின் தோல்வியில்
மீனவன் வெற்றி!
இந்த உணவுப்போரில்
கொக்கியிடப்பட்ட புழுக்களின் உணர்வுகள்???
மறக்கவும்படலாம்..! மறுக்கவும்படலாம்..!

38. கண்ணாடிப் பதுமையே!

ரசவாதங்களை உடைத்துப்போட்டு
ரசனை மதகில் உடைப்பெடுத்து
எத்தனைக்கூறாய் உடைத்தெடுத்தாலும்
அத்தனைக்கூறிலும் என்னையேக் காட்டிய
கண்ணியக்காரி கண்ணாடி!
காதலைக்கொட்டி,
காமத்தைக் கலந்து அன்பைப்பிசைந்து
அமுதமுத்தத்தை எனக்கே தந்து
இழிந்தவன் என்னை எழிலாய் செய்து
சிரித்திட சிரித்து கரைந்திடக் கரைந்து
கனவுகள் யாவும் கண்முன் நிறுத்திடும்
கண்ணான கண்ணாடி!
அரசனே முன் நின்றாலும் உள்ளதே காட்டும்
நீதிச்செங்கோல் மதிப்பெருங் கண்ணாடி!

39. மறுசுழற்சி இரவு

தனக்குள் பதுக்கி வைத்திருக்கும்
ஆச்சரியங்களை வெளியே எடுத்து
தூசுதட்டி அசைபோட்டு..
மீண்டும் தனக்குள்
பத்திரப்படுத்திக் கொள்கிறது இரவு!!
சாட்சி இந்த நிலவு!

40. மகளிரல்ல மன்னுயிர்

சோலையில் வளர்த்து,
பூத்ததும் வெட்டி,
ஏதோ ஒரு நார்க்கயிற்றால்
கட்டிவைக்கப்பட்ட மலர்க்கொத்து!
விதையாக விழுந்த போதே
பாத்திகளுக்குள் அடைபட்டுத்தான் கிடந்தாள்!
மூடிக்கிடந்த அழுகிய சேற்றினை மெல்லப் பிளந்து,
வானை நோக்கி எழுந்தாள்!
பிஞ்சுத்தளிராய் தலைகாட்டி சிரித்தபோதே
சில மாக்கள் மேய்ந்திட நெருங்கியதையும் கண்டாள்!
ஆகாயத்தை இலக்காக்கினாள்!
இலைகளை விரித்தாள்!
கிளைகளைப் பரப்பினாள்!
காற்றோடு கைகோர்த்தாள்!
ஆடிப்பாடி அதிரச் சிரித்தாள்!
வானவன் புலரும் வேளை தென்றலைப் புணர்ந்தாள்!
மொட்டென எட்டிப்பார்த்தாள்!
இரவின் மடியில்தான் உணர்ச்சிப்
பெருக்கெடுத்து உடைந்து பூத்தாள்!
பூத்தலும் காய்த்தலும் உலக இயற்கை என்றாலும்,
அவளுக்கான வரமாகவேப் படைத்தவன் தந்திருந்தான்!
வரங்களையே சாபமாக்கிடும் வல்லாதிக்க உலகில்
அவள் பூத்து புதுமணம் பரப்பியதை
உற்றுப்பார்த்த கண்களெல்லாம்

நாள் குறித்து விட்டுத்தான் நகர்ந்தன!
பயத்தோடு பகலைக் கழித்தாள்!
கலை நயத்தோடு இரவில் லயித்தாள்!
காலையில் சோலையில் பெருங்குரல்!
கருத்துப்பெருத்த பருவிரல்கள் காம்புகளுக்குக்
கீழே இறுக்கிப் பிடித்தன!
அலறித்துடிக்கவும் அவகாசம் தராமல்
கிள்ளிப் பிடுங்கி நெருக்கிக் கட்டின!
பொருந்தாத இடமும் நெருக்கடி மிகுந்தது!
இந்த இறுக்கத்தை இதற்குமுன்
அனுபவித்திராத அவள் அலறிடவில்லை!
பல பூக்கள் அங்கே
சிதைந்தும் சிரித்துக்கொண்டே இருந்ததால்!!!
சோலையின் நாட்களை அசைபோட்டபடி முடங்கிக்கிடந்தாள்!
அடிமாடாய் எங்கெங்கே கைமாற்றப்பட்டாள்!
ஏதேதோ விலைபேசப்பட்டாள்!
கட்டுகளிலிருந்து அவள்கள் பிரிக்கப்பட்டார்கள்!
ஒருத்தி கடவுளுக்குத் தூவிட இதழ்கள் பிய்க்கப்பட்டாள்!
மற்றொருத்தி கூந்தலில் மாலைவரை வாடாதிருந்தாள்!
வேறொருத்தி காதலுக்குத் தூதானாள்!
ஏற்கப்படாத விண்ணப்பத்தால்
அமில வீச்சில் அழுகிச் செத்தாள்!
இவளோ!
வாங்கப்பட்டபோதே அல்வாவிற்கு அருகே வைக்கப்பட்டாள்!
நீரும் பன்னீரும் தெளிக்கப்பட்டாள்!
மத்தள மேள முழக்கத்திற்கு மத்தியில்
ஓர் உச்சத்தை அடைத்து ஒய்யாரமாய் உட்கார்ந்தாள்!

தன் பக்கமாய் ஒரு மஞ்சள் கயிறு
கடந்துபோவதை எச்சரிக்கையாய் கவனித்தாள்!
நொந்துகொண்டாள் சூடியவளுக்காக!
பொழுதும் கடந்தது! இரவும் வந்தது!
அல்வாவும், பாலும் காற்றில் வருகையைப் பதிவு செய்தன!
அறைக்கதவுகள் தாழிடப்பட்டன!
அதே கருத்துப்பருத்த பருவிரல்கள்!
இறக்கைகள், இதழ்கள் பிய்த்துக் கசக்கிப் போட்டன!
எச்சிலென மூலையோரம் மூர்ச்சையற்றுக் கிடந்தாள்!
எத்தனைப் பூக்கள்
பொருந்தாத, விரும்பாத இறுக்கங்களை அனுபவிக்கிறது?
இனி, சொல்லுங்கள் மகளிர் தின வாழ்த்து..!
அவளில் வாசனை முகரும் மூக்குகள்
வழியும் சீழைத் துடைக்கவும்
அவள் முந்தானையையே தேடுகின்றன!
உடலியலைக் காரணமாக்கி!
இச்சைகளுக்குப் பலிகளும் ஆக்கி!
கட்டுப்பாடுகளால் மட்டுப்படுத்தி!
அவள்களைக் கட்டிப்போட்டே வளர்த்து,
தாலி வேலி கட்டிப்போட்டே தடுத்துக்
குட்டிப்போட்டே சாகப் பணிக்கின்ற சமூகமே!
மங்கல நாண் அவள்களின்
கழுத்தையும் கருத்தையும்
இறுக்கி நெருக்காமல் இருக்கட்டும்!
அவள்களை மகளிராய் அல்ல!
மனித உயிராய் காண்பதெப்போது???

41. எங்கிருக்கிறாய் கண்ணே!

அந்த மணல்வெளிகளில் நீ
புதைத்து வைத்த விரலை!
குறும்பாய் என் முகமெல்லாம் நீ
வீசியெறிந்த மணற்பந்தை!
குவித்து எழுப்பி மீண்டும் நீயே
குலைத்துப்போட்ட மணற்கோபுரத்தை!
நியாபகம் வைத்திருந்து
நலம் விசாரிக்கிறது கடற்கரைக்காற்று!
அதற்கு பதில் சொல்லவாவது என்
நாக்கில் எழுதிப்போ!
எங்கிருக்கிறாய் என்று!!!

42. தேனியும்.! எறும்பும்.!

தூரல்மழை ஓய்ந்தபின் வந்து பார்!
அப்போதும்
இந்த எறும்பு மாளிகைக்காய் ஓடிக்கொண்டே இருக்கும்!
இந்த தேனீ மகரந்தங்களுக்கு போராடிக் கொண்டே இருக்கும்!
அப்போதும்
இதன் காதல் மதிக்கப்படாது போனால்!!!
இரக்கமற்றவனுக்கும் மன்னிக்கும் - இறைவன்
இதயமற்றவர்களை மன்னிப்பதில்லை!
எறும்பு.! தேனீ.! கடவுள்.! நான்.! நீ.!

43. கனவுப்பெண்ணே!

முகக்குறிப்புகளால் என்னைக் கிறுக்கிப்போட்ட
அந்த நாழிகைகளை அசைபோட்டு தாடைகள் வலிக்கின்றன.
சுழித்தும் நெழித்தும் களியாட்டம் போட்ட
அந்த புருவங்களோடு போராடியே களைத்திருந்தேன்!
எனை குறுக்குவெட்டாக வெட்டிக்கிழித்த
உதடுகளில் சிகிச்சை செய்து பிழைத்திருந்தேன்!
கண்ணையும் கனவையும் தினமும்
ஆக்கிரமித்திருந்த முகத்தில் நான் முடங்கியிருந்தேன்!
அளவில்லா திமிரும் திறனும் உள்ள நான்
குறுகுறுப்பார்வையில் அடங்கியிருந்தேன்!
விரலைத்தொட்டபோது விண்ணைத்தொட்டேன்!
மூச்சு பட்டதும் மூர்ச்சையானேன்!
தனித்தே இருந்தேன்!
தனிமையைத் தொலைத்தேன்!
அந்த நாட்களையே எத்தனை நாள் அசைபோடுவது?
எக்கி வைத்த தொப்பை போல
ஏக்கங்களைத் தேக்கி வைத்தேன்!
மூச்சு முட்டுகிறது!
முடியவில்லை என்னால்!
காணாத பொழுதுகளுக்கு பல காரணங்கள் இருக்கும்!
காத்த மனது காதலைக் கேட்கிறது! காரணத்தை அல்ல!
அதே காதலுடன் நலம் விசாரிப்புகளும்!
அதே திமிருடன் அதட்டுக் கூச்சலும்!
அதே நமட்டுச் சிரிப்பும்! விரல் கோர்ப்பும்!

நீள் நடைப்பயணமும்! அணைப்பும்!
சிறு விளையாட்டும்! குறும்பும்! கூத்தும்!
கன்னக்கிள்ளலும்! வர்ணிப்புகளும்,
வசனிப்புகளும்! மீண்டும் வேண்டும்!
நேற்றைய கனவின் காட்சிகளைப் பரிமாற வேண்டும்!
விசித்திரமான கதைகளை
விழிகளைத் திரட்டி உருட்டி மிரட்டி நீ
சொல்லும் அழகில் லயித்து
அதிசயித்துக் கிறங்கி மயங்க
ஆசையாகிக் காத்திருக்கிறேன்!
என் சித்த பிரம்மைகளை
சொற்சிலம்ப அலம்பல்களை
வெகு யதார்த்தமாய் கலாய்த்து கடந்து போகும் நீ எங்கே!
முத்தமிட எத்தனித்த பொழுதுகளில்
தத்தளித்தத் தவிப்பைத் தணித்திடத் துணிந்த
பசும் நீர்த் திவலைகள் என்னில் பத்திரமாக உள்ளன!
என் சறுக்கல்களை அலட்டிக்கொள்ளாத உன்
அலட்சியமே லட்சிய விதைகளுக்கு உரமானதை அறிவாயா!?
உன்னோடு இருந்த நாட்களின் நினைவுகளை
இந்த கால ஓட்டம் காலாவதியாக்கிட முயன்றது!
நான் தனியே போராடிப் பார்த்தேன்!
தோற்றுவிடுவேனோ என்ற பயம் எனைத்
தொற்றிக்கொண்டதை உணர்கிறேன்!
தோற்றால் வெற்றாகி முற்றும் அறிவாயா?
புத்துணர்ச்சியாய் புத்துயிர் தந்து
புத்தெழுச்சி நான்பெற...
புதிதாக அல்ல.!

அதே காதலுடன் வா!
கொஞ்சம் அழுக்காக காத்திருப்பேன்
அதே காதலுடன்! அதே நான்.!
வா!
நான் அணையும் முன் அணைத்துக்கொள்!
விழியால் ஒளியேற்று!
ஆவலும் காதலுமாய்... அதே நான்..!

44. ஜலதோச நாட்கள்!

நாசித் துவாரத்தின்
சுவாசத் தூரல்களை
பிடித்து எறிந்த விரல்கள்!
விரலும் மூக்கும்
துடைத்து நனைந்த
கூரைச்சேலை முந்தானை!
முன்பே சொன்னாள்
முதல்மழையில் நனையாதிரு என்று!
ஓரிரு நாளில் தணிந்திடும்
ஊரறியும் அவளுமறிவாள்!
முதலுதவி பாட்டி வைத்தியம்!
இரண்டாமது விக்ஸ் டப்பா!
மூன்றாமது சுடுநீர் ஒத்தடம்!
நாலாமது மாத்திரையோடு!
என்று அடுத்தடுத்த மருத்துவச்சி யுத்தம்!
'அச்' என்றால் அமங்கலமாம்
அச்சம்மா!!! சொல்லி முடிப்போமே!

45. காம்புத் தழும்பு

பிரிவின் வலியையும்,
அழியாதத் தழும்புகளையும்
தாங்கித்தான் இந்த செடி
தன் வாழ்நாளை நகர்த்திக் கொண்டிருக்கிறது!
கிளைகளின் உச்சியில்
மொட்டுக்களின் அவிழும் சப்தத்தில்
தன் தாய்மையை அனுபவித்து
தழும்புகளை மறந்து
காற்றோடு தலையாட்டி
பொழுதுகள் தோறும் சிலிர்ப்படைகிறது!
பிரசவப் பூக்களைக் கொய்து
கொலையாளி ஆகாதிருங்கள்!

46. அடாவடித் தோழி!

வாடா போடா வார்த்தைகளுக்கு
வாழ்க்கை தந்தவள்!
நாயே பேயே சொற்களையும்
நலம்பெறச் செய்தவள்!
எல்லா சூழலையும் எள்ளி நகையாடி
எல்லா உணர்வுகளையும் உயிர் பெறச் செய்தவள்!
வாழ்க்கையைக் கொண்டாடப்
பழக்கித் தந்தவள்!
திமிறாய் இருந்து என்னில்
திறமையைத் திணித்தவள்!
பிடிக்காதவை பிடிக்க வைத்தாய்! பிடிவாதமே நீயாய்!
தலைகோதும் அவள்தான்
தலையிலும் குட்டுகிறாள்!
சிரித்து சிரித்தே தான்
என்னில் சோகம் எரித்தவள்!
தாயாகி சில நொடிகளில்
மனநோய்கள் பலவுக்கும்
மருந்தாகி நின்றவள்!
முயற்சியின் முதலானாள்
தோல்வியில் தோளானாள்!
எனக்கென அளவெடுத்து தைத்த சட்டை - அவள்
என் விகாரங்கள் மறைக்கும் வித்தை!
அருவருப்புகளை அறுத்தவள்!
புதுக் கருப்பொருட்கள் நிறைத்தவள்!

காதலென்று சிலர்! காமமென்று சிலர்!
எதனையும் எவனையும் மதிக்காதவள்!
வம்புக்கும் அன்புக்கும் வரையறை மறுத்தவள்!
பார்வைகளின் கோளாறுகளுக்கு
பாதைமாற்றல் தீர்வில்லை என்றவள்!
என் தனிமை பல கொன்றவள்! - என்னில்
தனி உயர்வாய் நின்றவள்!
என்னில் நானே அறியாமல்
போட்டு வைத்த விதைகளுக்கு
அவளே உரமிட்டாள்! புன்னகை நீர் விட்டாள்!
நீர்த்துப்போகாத அவள் வண்ணங்களே
எப்போதும் என் எண்ணங்களாய்.!
இப்படியே போனால் நிற்காது என் பேனா!
ஆதலால் முற்றுகிறேன்!

47. காவல்காரன்

முகவரியில்லா முழுநிலவே! உன்
முழுஉரு காணவே முன்வந்தேன்!
உனை கவிதை மொழியுமுன் பொழியும் ஒளியால்
எனை முந்தானைச் சிறையிட்டவளே!
அந்தி சிவந்தால் நின் வருகை ஆரவாரம்!
அந்தி வெளுத்தால் அதுவே அநியாயம்!
உன் வாசல் காக்கும் காவல்காரன் ஆனேன்!
தெருக்களைக் கடக்க நடக்கவே
மறுக்கின்ற பாதங்கள் - பாதைமாறி,
மாடிகளில் ஓடித்திரிகின்றன! உன்
தரிசன வேளையின் கரிசனத்துக்காய்!
மாடிப்படிகளிலே மான, ரோசத்தை
கழட்டி உருட்டி விட்டேன்!
அது அதிரும் ஒலி கேட்டாயா?
தோற்றுப்போவேனோ என்றல்ல!
தொலைந்து போவேனோ என்றே அஞ்சுகிறேன்!
தோற்றால் என்னில் ஏதும் மிச்சமில்லை!
தொலைந்தால் உன்னிடமே அதனால் பெரிதாய் அச்சமில்லை!
தூக்கங்களைத் தூக்கி எறிந்து விட்டு
இரவில் இமைகளுக்கு இடைக்காலத்தடை
இட்டுவைத்து உன்
ஒளிப்பிழம்பில் குளித்துக் கூத்தாடுகிறேன்!
இராக்காலம் இரணக்கோலம்!
உன் வகுப்பறைகளிலேயே

என் செவிப்பறைகளை விட்டுவிட்டு வந்துவிட்டேன்!
நெஞ்சில் பறையோசை அறைகிறது!
வட்டமதியே வட்டமிட்டேன்
வாட்டம் நீக்க நோட்டம் ஏற்பாய்!
மூவிரண்டு மாதங்கள்
முனிவனாய் மா தவங்கள்!
முடியாத மவுனங்களால்
அவிழாத இதய மலர்கள்!
வாய்ப்பேசக் காத்திருந்தேன்!
வாய்ப்பளித்தாய் வசனித்தேன்!
வார்த்தைக்கு வகிடெடுத்தேன்!
கவிதையொன்றும் வடித்துவிட்டேன்!
இருள் வானின் வெண்ணிலவே!
இரவின் வரவாலும், உன் ஒளிப் போர்வையாலும்
பேயென்று அஞ்சியுள்ளேன்!
உன்
செட்டைகள் கண்பட்ட பின்னே நீ
தேவ மகளெனக் கண்டு நாணமுற்றேன்!
அடங்கா நிலவே! உன் அப்பன்
ஆதவன் கீழ்வானின் எழுகின்றான்!
போய்வா.!
காத்திருப்பேன் காவல்காரன்!
நாளை கைது செய்யும் காதல்காரன்!

48. தற்காலிகப்பிரிவு

இந்த வலி தற்காலிகமானதே என்று
மனது நம்பச் சொல்லும்! மூளை மறுத்து நிற்கும்!
முரண்களால் போர் மேகங்கள் சிந்தனைச் சோலையைச் சூழும்!
நினைவுகள் நெஞ்சில் திராவகம் வீசிப்போகும்!
கசந்த நினைவுகளில் காரமும்,
இனிய நினைவுகள் கந்தகமும் கலந்திருக்கும்!
வீண்கனவுகள் வீரியம் பெற்று அடங்கும்!
ஆனாலும் அவ்வப்போது காரியம் தலையெடுக்கும்!
குழப்பக்கூற்றுகளின் ஊடே புரளிகளையும்,
அனுமானங்களையும் நிஜமாக்கும் வலியுறுத்தல்கள் நிகழும்!
மனதின் மௌன அரங்கத்தில் பெரும்
விவாதப் பிளிறல்கள் கேட்கும்!
என்றோ நடந்த யதார்த்தங்களின் மேலாடை கழட்டப்படும்!
புதுஅர்த்தங்களின் உள்ளாடைகளை
துச்சாதன மூளை தேடித்துளாவும்!
தொடுதிரை மீட்டித் திரண்டிருக்கும்
விரலும் விழியும் வில்லம்பாய் விரைத்து நிற்கும்!
குளிர் மாலையில்படுக்கைப் பாலையாய் தகித்திருக்கும்!
சந்தேகக்கோடுகள் சந்தோஷப்பக்கங்களில்
கிறுக்கல்களாக விழுந்து கீறல்களாகிட எத்தனிக்கும்!
மணித்துளிகள் மவுனத்தால் கோர்க்கப்பட்டு மணிமுடியேறும்!
சமாதானத்தின் பிரயத்தனம் சாரமற்றுப்போனால்
சண்டை நிச்சயமாகிவிடும்!
ரகசியமாய் தகவலறிந்த வாயிற்பாங்கன்

எக்காளப் போர்பறை எழுப்பி
போரைத்துவக்கி வைப்பான்!
சந்தேகக்கோடுகள் கூர்வாளாய் உருமாறி எதிர்வரும்!
மனமதிலைத் தாவும்!
நியாபக வனத்தில் எறியூட்டும்!
கற்பனைக் கோட்டைகளின் வாயிலை தகர்க்கும்!
போரின் வெற்றிக்கான சூட்சுமத்தை
அவள் ஏற்கனவே கூறியிருந்தாலும்,
தனிமைக்களத்தில் கீதோபதேசத்தை
சீதை உபதேசிக்கத் தேவை உருவாகும்!
தந்திர, மந்திர, எந்திரப் பயன்பாடுகளைப்
போர்க்காரணனாகி நினைவுகளே கற்பிக்கும்!
எல்லாம் தர்மம் என்று ஏற்று அறியும்போது
எல்லாம் முடிந்து விடிந்திருக்கும்!
தற்காலிகம் முற்றுபெறும்!
இரவின் இழப்புகளுக்கு பொறுப்பேற்க யாருமின்றி,
காரணக் கண்ணன் கவனிப்பாரின்றி
மனக்கோவில் சிலையாகி நிலைபெறுவான்!
தற்காலிகம் என்றே தெரிந்தும்
நமக்கானவைகளுக்கான போரை யுகந்தோறும்
நினைவுக்கிருஷ்ணன் நிகழ்த்திக்கொண்டே இருப்பான்!
பலதற்காலிகங்களைக் கொண்டதே காதல்யுகம்!
காதல் நிலையானவர்களுக்கு
தற்காலிக வலிகளும் நிலையானவையே!
இந்த தர்மயுத்தம்
ஒருபோதும் ஓயாது!

49. விரட்டி வெளுத்துவிடு தமிழா!

காதலிக்க சாதி கேட்பான்!
தாலிகட்ட கூலி கேட்பான்!
புனிதத்தின் பின் ஒளிந்து -நல்ல
மனிதத்தின் மாண்பைப் பழிப்பான்!
புத்தனின் தத்துவத்தைக் கூட
ரத்தத்தால் பெரும் சத்தத்தால்
கத்தித் தொலைப்பான்!
காந்தியக் கருத்தினைக் கூட
கறையெனக் கழுமரம் ஏற்றி
கண்ணியம் என்றுரைப்பான்!
உருவினக் கத்திக்கு உறையிட மறுப்பான்!
கருவிலும் கயமையைக் கருத்தென விதைப்பான்!
காற்றுக்கும் - ஓடும்
ஆற்றுக்கும் - நட்ட
நாற்றுக்கும் - பல
வேற்றுமைக் கூற்றுகள்
கற்றுத்தருவான்!
உடுத்தக் கந்தையும்
உண்ணக் கஞ்சியும் கெஞ்சிடச் சொல்வான்!
குலக்கல்வி வைப்பான்,
குலத்தொழில் வைப்பான், - உன்
குலம் இதுவென குறுகிக்

குனிந்திடச் சொல்வான்!
பல்லிகள் முதலையல்ல!
கள்ளிப்பால் பசும்பாலல்ல!
சுள்ளிகள் தூண்களல்ல!
கொள்ளிகள் ஆதவனல்ல!
உனக்கிவன் நிகருமல்ல!
எச்சத்து ராசாக்கள் உன்னிடம் பிச்சைக்கு வந்தவரே!
கொச்சைப் பேச்செல்லாம் மூச்சடக்கும் உன்முன்னே!
மலைமீது ஓடித்திரிவதாலே
சுண்டெலிகள் மலையினை
மறிப்பதில்லை! -ஆனால்
பிரிவினையால் அரித்துவிடும்!
அரித்திடுமுன் நீயதனை அறுத்திடுவாய்!
சாட்டையும் சவுக்கையும்
கையிலெடு! பையிலிடு!
வேட்டைநாய்களுக்கு
வேலிதிறந்துவிட்டு
வேடிக்கை பார்த்ததாலே!
நம்மவரில் சிலருக்கும் சுளுக்கையெடு!
கட்டி வெளுத்துவிடு!
விரட்டி வெளுத்துவிடு! - ஓடவிட்டு
விரட்டி வெளுத்துவிடு!

50. அற்றைத் திங்கள் அவ்வெண்ணிலவில்!

அந்த ஓடைக்கரையின்
தெளிவில்லாத நீரில்
எதையோ துளாவிக்கொண்டு இருந்தாய்!
காற்றில் நாசியால் துளாவி நீயென்று அறிந்தேன்!
சிறகுகளும் சோர்ந்து தரையில் பரவிக் கிடந்தன!
சிட்டுக்குருவிகள் அதில் சிக்கெடுத்துக் கூச்சலிட்டன!
தரை கவிழ்ந்த உன் தலை நிமிராமல் இருக்கவே - அந்த
குரங்குக்கூட்டம் எதையோ யூகித்துக்கொண்டு
ஊழையிட்டுக் குதித்தன!
தென்றலினால் கூந்தலுக்கு திரவியம் தெளித்த மரங்களும்
மயான அமைதியோடு மயங்கி நின்றன.
இந்த வனம் ஒருபோதும் இப்படி இருந்ததில்லை!
உன் கொலுசொலி கேட்காமல் நதிகளும் தங்கள்
சலசல மெட்டுக்களின் ஜதியொலியைத்
தற்காலிகமாய் தடை செய்தன!
நிலவொளியையும் உன் கனத்த மௌனம் கவ்விக்கொண்டது!
அது ஏனென்று கேட்டும் நீ பதில்தராததால்
அடிவானம் தன் முகத்தைக் கருத்துக்கொண்டது!
ராக்காலம் பூத்திடும் முல்லை மலர்கள் ஏனோ
மொட்டுகளாக முடங்கி தயங்கி நிற்கின்றன.
நாளையின் பிறப்பில் தன் பிறப்பைக் கொண்டாடக்
காத்திருந்த விதைகள் நிகழ்ச்சிகளை

ஒத்திவைத்துவிட்டு தூங்கிவிட யோசிக்கின்றன!
முயல்கள் நடந்து திரிவதை
அணில்கள் அசைவின்றி நோய்மைப் பட்டதை
முதன்முறை காடு கண்டது!
படுத்த இடத்திலிருந்து அந்த யானை எழுந்து
நீர் அருந்த மனமின்றி மண்ணோடு புரள்கிறது!
புரள்கின்ற யானையின் எடை தாங்காமல் கத்திக் கூச்சலிடும்
கோரைப்புற்கள் கோபத்தைக்கூட மறந்திருந்தன!
மான் ஒன்றை துரத்தி வந்த கரும்புலி ஒன்று
வனத்தின் வழக்கமில்லாத வடிவத்தைக்கண்டு
செயலற்று நிற்கிறது!
அது மானின் அருகில் சென்று 'என்னாச்சு' என்று
விசாரிப்புகளைத் தொடக்கி வைக்கிறது!
விடியலில் விண்வெளிக்கு சென்றுவிடுவாய்! அதன்முன்
இந்த அழகுவனத்தின் அடையாளங்களை அழித்துவிடாதே!
அவிழ்த்து வை மனதை!
முதலில் அந்த மேல்நூலாடையை சரிசெய்!" என்றவாறே
அதட்டலுடன் அருகில் வந்தாள் மயிலரசி!
நாடியைப்பிடித்து முகத்தை உயர்த்தினாள்
அப்போதுதான் எல்லோரும் அறிந்தோம்!
கரைபுரளும் கண்ணீருடன் இருந்த உன் முகத்தை!
முகத்தின் கண்ணீர் தோள் சிந்தி,
கைவந்து விரல்வழி வழிந்து ஓடைவிழ
மீன்களும் மூச்சுத்திணறியதைப் பார்த்தேன்!
மயிலரசியின் தேற்று மொழிகள் உன்னைத்
தேற்றியதாகத் தெரியவில்லை!
உன் தேடல் நான் என்பதை அறிவேன்!

தேறுதல் என் அன்பென்று அறிவேன்!
நேற்றை நாளின் சிறுசண்டைக்கு நீ
இத்தனை விசனப்படுவாய் என்று நான் கருதவில்லை!
உன் வான்மிதக்கும் வெள்ளுடையும்,
உயரப்பறக்கும் சிறகுகளும் என்னில் சிறுமைதரும்
என்பதை நீ அறியாததே இதன் காரணம்!
மானுடனோடு காதல்கொண்டால்
தேவதைகளுக்கும் சிரமங்களுண்டு.!
என் நேற்றைய உரைகளை மறந்துவிடு!
எதற்காகவும்... எனக்காகவும்
தனித்த இயல்புகளை இழக்காதே!
ஆகாயமெங்கும் அளவளாவித் திரிந்த
உன் அழகியச் சிறகுகளையும்,
பஞ்சுபொதி மேகங்களின் இழை பறித்து
இழைத்தெடுத்த வெள்ளை உடையும்,
உள்ளத்தை உருக்கிப்போடும் உன் உருவினையும்,
கொழுவிக் கொக்கியிட்டு மனதைக் கொழுத்திக்
குதூகலித்த குருகுரு கண்களையும்
கண்டுதானே மையல் கொண்டேன்!
நீ இயல்புகளோடு இருப்பதையே இன்னமும் விரும்புகிறேன்!
எனக்கு சிறகு வந்தாலோ!
என் கருநிறம் வெண்ணிறம் ஆனாலோ!
உனக்கு சிறகு போனாலோ!
உன் வெண்ணிறம் என்நிறம் ஆனாலோ!
அது முழுதின்றி முரணாகிப் போய்விடலாம்!
நீ நீயாக இருப்பதற்கு நான் தடையில்லை!
இது சத்தியம்! என்னையும் எதற்கும் பணிக்காதே!

நம் இயல்புகளை காதலித்தோம்!
அவைகளையே காதலிப்போம்! என்னாளும்!
அதோ.! அந்தி வானில் காட்டின் காவல்காரன் சிவந்து எழுகி-
றான்!
என் மனதோடு நான் சொல்வது உன் செவி சேர்ந்திருக்கும்
என்ற நம்பிக்கையில் செல்கிறேன்!
அழாதே என் கண்மணியே!
போகும்முன் வனத்திற்கு உயிரூட்டிப்போ!
நாளை வா! அகந்தழுவிப் பேசலாம்!
அதுவரைக்காதலுடன் நான்.!

51. ஓ! என் மனமே!

ஓ! என் மனமே!
இணைந்தால் உறவுக்கும்
கசந்தால் துறவுக்கும்
தயாராயிரு மனமே!
ஏ.! கூறுகெட்ட மனமே!
குப்பைத்தொட்டியா நீ! - யாரோ
தூக்கி வீசியதெல்லாம் ஏன்
தூக்கி வைத்திருக்கிறாய்!?
அழியும் முன் தெளிவாய் மனமே!
வாராதென்று அறிந்தும் அழைக்கிறாய்!
தேறாதென்று தெரிந்தும் தாங்குகிறாய்!
சுரணை கெட்ட மனமே! - இன்னும்
சூடுபட்டும் திருந்தாயென்றால்
சுடுகாட்டில் தான் தீர்வு தெரிவாய்!
விவரங்கெட்ட மனமே!
விசமென்று சொல்லியும்
விழுங்கிப் பார்க்கவே
விரும்பி நிற்கிறாய்!
வழுக்கிப் பழகிய மனமே! - ஒருக்காலும்
வாழப் பழகாயோ?
உழைத்துக் களைத்துப்
பிழைக்கப் பழகாயோ?
அவள்,
தூக்கி எறிந்த கவிதைகளைத்

தூசுதட்டிப் பார், துர்பாக்கிய மனமே!
துன்பங்கள் யாரால் என்று தெரியும்!
நான்
அறிவித்த எல்லாம்
அறிந்தும் அறிவின்றி
அழிகின்ற அகோர மனமே!
எக்கேடும் கெட்டுப்போ - அதன்முன்
என்பேச்சைக் கேட்டுப்போ! - இலையேல்!
அழுவாய் மனமே! அழிவாய்!
விழிப்பாய் துளிர்ப்பாய் மனமே! - அவ்
விழியை மறப்பாய்! துறப்பாய்!!

52. கண்ணே நீ தூங்கு!

சன்னல் காவல் நானிருந்து - வரும்
தென்றலை மட்டும் சிறைப்பிடிப்பேன்!
வாசற்கதவாய் நின்றிருப்பேன்! - உன்
பேசா முகத்தை பார்த்திருப்பேன்!
போர்வையாக சூழ்ந்திருப்பேன்! - அட
வேர்வை வந்தா விலகி நிற்பேன்!
விசிறியாக ரசித்திருப்பேன்!
விடியும் வரையில் விழித்திருப்பேன்!
மெத்தையாகி நசுங்கிடுவேன்! உன்
மூச்சுக்காற்றில் பொசுங்கிடுவேன்!
கட்டிலெனவே சுமந்திருப்பேன்! நீ
எழுந்து சென்றபின் இறந்திருப்பேன்!
தலையணையாகி பிதுங்கிடுவேன்! அம்
மல்லிகை மணத்தில் மயங்கிடுவேன்!
நாய் குரைப்பை நிறுத்த சொல்வேன்!
நிறுத்த மறுத்தால் அறுத்திடுவேன்!
கோவில் மணியும் அணைத்து வைப்பேன்!
மீறி ஒலித்தால் அடித்துடைப்பேன்!
பவுர்ணமி நிலவை பாதைமாற்றி
பக்கத்து வீட்டுக்கு அனுப்பிடுவேன்!
வண்டுகள் மொய்க்கும் செண்டுகளைத்
துண்டுகளாக்கி எறிந்திடுவேன்!
நீ சப்தமின்றி தூங்கிடவே - இந்
நிசப்த உலகுக்கு ஆணையிட்டேன்!

கைப்புள்ள!!!
இன்னும் ஏன் முழிச்சிட்டு இருக்க? தூங்கு....!

53. நெடும்பயணம்

காற்றுக்கும் சொல்வோம் நம்மில்
இடைவெளி இல்லையென்று!
மனதின் மதகுகளை
நெடுஞ்சாலைகளில் திறந்திடுவோம்!
நம் ஊழை சப்தத்தில் பெரும்
ஊர்திகள் விலகியோடும்!
தெருவோர மூதாட்டிகள்
சிரித்தபடியே சாபமிடும்!
நிமிர் நெற்றி மைனா ஒருகணம் - தலை
நிமிர்த்தி சிலிர்த்துக்கொள்ளும்!
நம்மை போல் ஒருத்தியென்று!
நெடுமரங்களின் அவாந்தர வெளியில்
நிழலிடம் நிவாரணம் பெறுவோம்!
தோள் சேர்த்து சிலதூரம்..! - இனி
கால் ஒத்து, கைகோர்த்து சிலதூரம்..!
குட்டி வெட்டிக் கதைகளோடு
கண்ணில் கண்ட கனவுகளின்
மிச்சம் எல்லாம் களவாடலாம்!
செல்லச்சிணுங்கலின் இடையீடாய்
செல்லிடப்பேசி வேண்டாமே!
ஐம்புலன் யாவும் பேசுகையில்
கைக்கொரு பேசி ஏதுக்கோ?
எதிர்காலக் கனவுக்குள் சாகாமல்
நிகழ்காலத்தை நிச்சயம் சுதந்தரிப்போம்!

பயணம் முற்றும் வேளையிலே
முத்தத்துடனே முடித்து வைப்போம்!
தொலைந்திடாத தொடர்புக்காய்
தொட்டுத்தழுவிப் புறப்படுவோம்!
என்னோடு வா நிலவே!

54. ஒவ்வொரு கூட்டிலும்

கூடுவிட்டு கூடு பாயும் திருமூலன் பாடுகிறேன்.
ஆண்டாள்களின் கூடுகளில் காதலின் அங்கலாய்ப்புகள்.!
கண்ணகிகளின் கூடுகளில் படி தாண்டப் பெருந்தடை.!
பாஞ்சாலிகளின் கூடுகளில் சேலை நிலையாமை.!
மீராக்களின் கூடுகளில் கானத்திலும் கனத்த மவுனம்.!
இந்திராக்களின் கூடுகளில் மெய்க்காப்பின் வெடிசத்தம்.!
தெரசாக்களின் கூடுகளில் எச்சில் வீச்சம்.!
குமரிகளின் கூடுகளில் அமில நாற்றம்.!
கிழவிகளின் கூடுகளில் அசைபோட ஏதுமற்ற வெறுமை.!
பதின்ம மகள்களின் கூடுகளில் நிமிடந்தோறும் கேமராக்கள்.!
பள்ளிச்சிறுமிகளின் கூடுகளில் வக்கிர மிரட்சி.!
தொட்டில் மகள்களின் கூடுகளில் ஆயுட்கைதிகளின் அனைத்-
தும்.!
ஒவ்வொரு கூட்டிலும் ஒழுக்கங்களின் ஓட்டை உடைசல்கள்.!
யாரது.?
மங்கையராய் பிறக்க மா தவம் செய்ததாய் பாடுவது.?
கவிமணியாரா.?
கவிக்கு பொய்யழகு என்பதெல்லாம் பழைய கதை புலவரே.!

55. நேர்முகம்

எதிர்மறை நீர்த்துத் தொலைக்கும்.!
சிக்கல்களுக்கு சிக்கெடுக்கும்.!
சிந்தைகளில் புத்தொளி பரப்பும்.!
நேர் நின்று இடைப்படுதலே எதிரிடைகளின் தடைக்கல்.!
கைகளைக் குலுக்கி, கதைபலக் கதைத்து,
கணக்கின்றி சிரித்து காலப்புரை போக்கும்.!
பழுத்து உதிர்ந்தவற்றை விடுத்து புதிய
தளிர்களில் பயணிக்கக் கற்பிக்கும்.!
முரண் களைதல் வேண்டின் முகம் இயைக.!
நேர்முகம் இணைக.!

56. அசைவிலா அது.!

அது
நின்று கொல்லும் என்றார்கள்.
நின்றுகொண்டே இருக்கிறது.
இன்றுவரை..!
கொன்றவர்களுக்கு மத்தியில்
நின்றுகொண்டே இருக்கிறது.!
கொன்றவர்கள் முன்பு கொன்றதையும்
இன்று கொல்வதையும் தொடர்ந்து கொண்டார்கள்.!
கொன்றவற்றை வென்றுகொண்டே இருக்கிறார்கள்.!
அன்றும்... இன்றும்...

57. பாணம்

கூர் பார்த்தும் குறி பார்த்தும்
எய்யப்பட்டு சீறித் திரிகின்றன.
இலக்கின் தன்மையும் எய்தவன் நோக்கமும்
அறியாத கரசேவக பாணங்கள்.!
வில்லை வளைத்து வெற்றிபெறும் திறனுள்ளவனிடம்
ஏழு மரம் கிழித்து, ஏழு கடல் மூழ்கித் தாண்டி
அம்பறாத்தூணி அடைபடுகின்றன பாணங்கள்.!
முனை மழுக்கிக்கொண்டு
போலித்துருவேறி,
துகள்களில் புரண்டு நடிக்கின்றன.
பாணங்கள்.!

58. சூறாவளிக்கொரு மடல்

ஏ! இயற்கையே!!
விதிகளை மீறிச் செய்த தெல்லாம்
விதிவிலக்கின்றி வீசி எறிந்தாய்!
சுருக்கிச் சுருக்கி ஆக்கிரமித்த,
கால்வாய் எங்கும் கரைகடந்தாய்!
சாக்கடைகளாலே தெரு நிறைத்தாய்!
மனங்களின் அடைப்பையும் நீ உடைத்தாய்!
பாதைகள் மறுத்த பலவான்களை நீ
பலங்கொண்ட மட்டும் நீ எதிர்த்தாய்! - யாம்
தீண்டாத் தலங்களைத் தாண்டிய நீ
மதிற்சுவர்களின் கர்வம் உடைத்தாய்!
முறையற்ற வணிக வளாகங்களைச்
முறைத்தாய்! சூழ்ந்து வளைத்தாய்!
கழிவு தேங்கிய வராண்டாக்களில் நீ
நெகிழிகளோடே ஓட்டமெடுத்தாய்!
பளபளச் சமையலறைகளை திறந்து வைத்து,
கலகலவெனவே கைகொட்டி,
பூமி அதிர சிரிக்கிறாய்!
அழகுச்செடிகளை வெட்டிய நீ
பயனுள்ள பனைமர ஓலைகளோடும்,
வியாதி தீர்த்த வேம்புகளோடும்
விந்தையாய் விளையாடி மகிழ்கிறாய்!
நாளை நமக்கு நிச்சயமென்று
பணத்தைச் சேர்த்தப் பேதைகளின்

நெஞ்சினில் சந்தேகக் கீறல்களைப்
போட்டுக்கொண்டு இருக்கிறாய்!
பொதுப்பணித் துறை நீயாகி,
தூய்மை இந்தியா திட்டமிட்டாய்!
மின்னல் செல்பியும் எடுக்கிறாய்!
கேடுகெட்ட இயற்கையே!
குடிசை மாற்று வாரியத்தின் வேலையை
யார் செய்யச்சொன்னது?
தெம்பிருந்தால் மாடிமாற்று வாரியம் நடத்து!
எல்லாம் சரி!
என் குமரியில் கடலிடையே
கால்கடுக்க நிற்கும் வள்ளுவனை
அழுக்கு தேய்த்து குளிப்பாட்டிட மறந்திடாதே!
கரையில் கவிழ்த்தியப் படகுகளை
முறித்துப்போட்டு விளையாடாதே! கடுப்பாகி விடுவேன்!
பலர் கஞ்சிக்கு அதுவே முலதனம்!
ஏ.சி.களை ஏனென்று கேட்டுப்போ!
பதிலில்லை என்றால் பழுதுபடுத்திப்போ!
அவைகளே புவிவெப்பக் கருப்பைகள்!
உண்மையாய் உனக்கு வலுவிருந்தால்...!
மறுத்த காவிரியின் மதகுகளில் நர்த்தனம் ஆடு! உடைத்தெறி!
செழிக்கட்டும் தென்னகக் காடு
வெட்கட்டும் இந்த பிரிவினை நாடு!
பாதாள சாக்கடையின் மேலான பூச்சுகளில்
பொத்தல்கள் போடு! என்றாலாவது வருமே புது ரோடு!
நீயும் இந்திய நாட்டு சட்டங்கள் போல,
ஏழையோர் மீது ஆதிக்கம் காட்டி,

ஏனையோர் முன்பில் அடங்கிப்போவதேன்!?
அந்த குடிசைகளிடம் நீ சண்டைக்காரி!
இந்த கோபுரங்களில் சமரசக்காரியோ!
கபட வேடக்காரி நீ!
வந்த வேலையை முடித்துவிட்டு சீக்கிரம் கிளம்பு!
நாளையும் விடுமுறை என ஆட்சியருக்கு ஆணையிட்டுப்போ!
சூடாக வந்துள்ளது சாப்பாடு!
இத்தோடு நிற்கட்டும் உனைப்பாடும் என்பாட்டு!
அடித்து உடைத்தது போதும் ஆட்டத்தை நிப்பாட்டு!
வாயேன் ஒக்கி பையா!
சூடா ஒரு காபி சாப்டலாம்!

59. நீயில்லா வகுப்பறையில்!

சன்னல்கள் சனியன்கள்!
கவிதைகள் உளறல்கள்!
பேச்சுக்கள் கூச்சல்கள்!
மேசைகள் மெத்தைகள்!
நிமிடங்கள் நரகங்கள்!
புத்தகங்கள் புழுதிகள்!
பாடங்கள் ஒப்பாரிகள்!
மைதானமோ இடுகாடு!
நூலகமோ பிணவறை!
சட்டையும் கருக்குமட்டை!
அத்தனைக்கும் மேலாக,
தீந்தமிழ் கூடத் தீக்கனலாய்!!!
விடுமுறைக்கு விடுமுறை விடுவது எப்போது?
புன்னைகள் பூக்கட்டும்! புன்னகையுடன் வா கண்ணே!

60. நாசம் பண்ணும் காசம்!

காசக்காரி மிக மோசக்காரி!
நேசம் பிறக்கும் நெஞ்சத்திலே
விசமாய் கலந்த வேசக்காரி.!
சுதந்திரக் காற்றைத்தான் சுவாசித்தேன்!
சுகங்கொடுக்க வந்துவிட்டாள்!
நுரையீரலில் சிறையானாள்!
விடுப்புத் தந்தேன்! விட்டாளில்லை!
தும்முகிறேன்.!
அவள் எனை நினைக்கும் போதெல்லாம்.!
இருமிப் பொருமுகிறேன்.!
அவள் எனை அணைக்கும் போதெல்லாம்.!
காசம் என்னும் சதிகாரி - அணுகித்
தொற்றிய மரணப்பரிகாரி!
தூய்மை கெட்ட மாந்தரையே - மரணப்
படுக்கையில் தள்ளும் ஒய்யாரி...!
இது
காசத்தைப் பற்றிய கண்ணோட்டம் - அதன்
நாசத்தைப் பற்றிய முன்னோட்டம்!
தூய்மைக் கேட்டின் பயனான - காச
நோய்த் தவிர்ப்பதே பின்னூட்டம்..!
வாய் உமிழ்நீரால் பரவிடுமாம் - காச
நோய்த் தொற்று காற்றில் விரவிடுமாம்....!
பேய் போல் வந்த காசநோய்க்கு - நம்
தூய்மை ஒன்றே சவக்குழியாம்...!

ரோகம் தருகின்ற சயரோகம் - இது
மோசம் மிகவும் மோசமாமே....!
பற்றுவதல்ல பரம்பரையாய் - காற்றில்
தொற்றுவதாமே கிருமிகளால்..!
காற்றில் கலந்த நோய்க்கிருமி - உன்னில்
சாற்றிடும் அதன் வன்கரத்தை!
நுரையீரலிலே சிறையாகி - உடலைக்
குறையாக்கிடுமாம் சீரழிவால்!
பாதகக் கிருமிகள் போலே தான் - மைக்கோ
பாக்டீரியமும் நீயறிவாய்! - நீ
தேக்கும் அசுத்தம் காரணமாய் -இது
தாக்கும் உந்தன் மூச்சுக் காற்றை!
மூன்றில் ஒருவர் பாரினிலே! - காசம்
தோன்றி அலைகிறார் வீதியிலே!
தொடரும் இருமல் வாரங்களாய் - குருதிப்
படரும் சளியுடன் வெளிவருமே!
நிணநீர்க் கணுக்கள் வீற்கிடுமே!
கணமும் நெஞ்சு வலித்திடுமே!
உணவும் விருப்பம் கொள்ளாயே!
நிணமும் உணங்கச் சோர்வாயே!
இரவில் வியர்க்கும், களைப்பாக்கும் - பிற
உறவில் நாட்டம் இருக்காதே!
இராவும் காய்ச்சல் வந்து போகும்! - தினம்
நோவும் அங்கே நிலைத்துவிடும்!
இத்தனைத் தீமை இதிலுண்டு - எனினும்
காத்திட வழிகள் பலவுமுண்டு!
நேற்றைப் போல் இன்றில்லை - நாம்

முயன்றால் எதிலும் வீழ்வதில்லை....!
காசம் அறிதல் எளிதாகும் - அது
சோகம் தருமுன் பரிசோதிப்பாய்..!
மோசம் செய்யாய் உனைநீயே! - காசம்
முளையில் கிள்ளி எறிவாயே....!
இராபட் கூச் அறிந்திருந்து சொன்னார் - காச
நோய்தரும் கிருமியை அப்போதே!
ஆண்டு நூறினைத் தாண்டிவிட்டோம் - ஆனால்
இன்றும் நோய்க்கு அழிவில்லையே!
காரணம் யாதென அறிவாயே! - அதன்
பூரண ஒழிப்பு வழி தெரிவாயே!
வேறென்ன வேண்டும்! அரசினரே, - காசம்
தூர ஓட்டிட உறுதிட பூண்டார்!
இலவசம் என்றால் எதனையுமே - நீ
வசமாக்க முயல்கின்றாய் ஓடுகின்றாய்!
விசமான உன்னை அழிக்கின்ற - இந்த
காசத்தின் மருந்தும் இலவசமே....!
காப்புகள் உண்டு காசநோய்க்கே! - இதைக்
கேட்பதும் ஏற்பதும் உன்கடனே!
இருமலும் தும்மலும் வருகையிலே! - அதை
முறைப்படி ஆய்வாய்! காத்துகொள்வாய்!
காற்றோட்டமுள்ள வாழ்விடத்தில் - காசம்
நேற்றோடு ஒழிந்தது நீயறிவாய்!
சூரிய ஒளிபடும் இடங்களிலே! - இதன்
வீரியம் குறையுது நீயறிவாய்!
மாசுக்கள் குறித்து உணர்வுடையோர் - நாம்
காசத்தால் நிலைகுலைய மாட்டோமே!

பாசங்கள் நேசங்கள் தழைத்தோங்க - காசத்தை
நாசம் செய்திட முயல்வோமே!
முன்வினைப் பயனாய் காசம் வந்தால் - இனி
என் செய்வோமென பயம் வேண்டா!
நல்மன மருத்துவர் பலருண்டு - அவர்
நல்குவார் மருந்துகள் காசத்திற்கு....!
இன்றுமுதல் காச அரக்கன் - நமைக்
கொன்றழிக்க அனுமதியோம்!
இன்றே உறுதி கொள்வோமே! - புவி
நின்று வாழ்வோம் காசமின்றி!
இறப்பு காசத்தால் இல்லாதிருக்க - காசம்
துறக்க கொள்வோம் விழிப்புணர்வை! - சுற்றுப்
புறத்தை தூய்மை செய்தாலே - நாம்
முற்றுமாய் காசம் ஓட்டிடலாம்!

61. காக்கைப் பாட்டு

நாவாய் ஓட்டி, நற்றமிழ் நாட்டும்
நாஞ்சில் நாட்டு நெய்தல் பூமியில்
மணிமணியாய் கவிபல பாடி,
அணியணியாய் தமிழன்னைக்குப் பூட்டும்
கவிமணி பெற்ற திருநாடு - அவர்
ஆவி உலாவும் பெருநாடு!
வேலை தரும் பற்பலவும், உணவும் உண்டு,
காலை அதை விற்றதனால் பணமும் கண்டு,
நவின்றன ஆயிரம் எனினும் நாளும் ஈங்கு
கவின் ஆழி கவிழ்த்தி இட்ட பிணமும் உண்டு.!
காற்றும் மழையும் புணரும் போழ்தில்
சாற்றுமதன் வன்கரத்தால் உயிர்க்கதவை.!
எத்தனை வரினும் கர்த்தனை எண்ணி
துணிவோம் யாம் மீனவர் எனப்
பறையறையும் தென்னாட்டின் தென்முனையில்,
இளந்தென்றல் ஆழியவள் முந்தானை உரசி,
இளமகளிர் குழலேறு மலர் வாசம் பூசி,
தென்னைக் கீற்றுகளில் கின்னரமாய் ஜதி பகர,
கன்னங்கரு நிறத்தொரு வைரமொத்த
மின்னுகின்ற பட்டெனவோர் பட்சி கண்டேன்!
கண்களில் தான் பிசிறொன்று முற்றிற்றோ
பண்களிலே நடம் புரிந்த அதைக் கண்டதாலே
நவரசமும் ஊற்றெடுக்க மனந்தனிலே
தவநிலையில் நின்று நிழற் படமெடுத்தேன்.

காலாற நடத்திடலாமென்று வருமெனக்கு
தேவாரப் பாடல் தினந்தினமும் செவிநனைக்க,
இன்னிசை, மெல்லிசை, மேற்க்கிசை என்றே
என்னகத்ததன் காரிசை மெலிதாய் மிகவினதாய்.!
காக்கை பலவாகப் பாட, காலை இதம் ஏனோ..!
கண்களைச் சிவப்பாக்கியது!
தேவலோக பட்சியொன்று மெய்யெலாம் மையிட்டு
பாவனைகள் காட்டுவதும் வாயசைத்துப் பாடுவதும்
உள்ளக் கிடக்கையெலாம் சுக,துக்க நினைவலையாய்
கள்ளுண் மாதொருத்தி தகவமைவைப் பெற்று நிற்க,
கரைந்துக் கரைந்து உருகிப்பாடி காலையதை வரைந்தெடுத்து
ஆதவனை கூவியழைத்தது.!
புலர்கின்ற காலை புத்துணர்வாகவென்றே!
பல்குரல் விந்தை காக்கை - கருந்
தேவதையாய் நின்றதாங்கே!
காலாற மணற் கரையோரம்
நுரைதோய்த்து நடைபோட்டேன்.
இரைந்த கடல் இரைச்சலுடன்.!
முற்றியத் தென்னைக் கீற்றுகளில் வந்த ஓசை
அலையிடைக் காற்றினூடே
சுற்றிச் சுற்றமெங்கும் சுழன்றதுவே.!
கரக்கும் பால் சொம்பில் விழும்
அந்த வொரு இசையாகவே ...
கரகரத்துச் காக்கை நல்லாள்
அகவினால் அகவலானாள்.
"உழைப்பவரும் அவரையண்டிப் பிழைப்பவரும் - இரண்டிற்கும்
களைப்பவரும், சளைப்பவரும் துணிந்து ஏய்த்தல்

கற்று ஏய்ப்பவரும் உளநாடு இவ்வளநாடு"
"புஞ்சையும் முகம்மலர மும்மாரி கண்ட அற்றைத் திங்கள் மாறி,
நஞ்சை நெஞ்சுள்ளும் நிலத்துள்ளும் புதைத்து
தறிகெட்ட மாந்தர் கடவுளெனும் நெறி உகுத்து
அறிவியலறிந்தும் அறிவிலரான மடநாடு"
"நீதி கேட்க.! உரிமை வேண்ட..! - என்றே
சாதி மன்றங்களால் பீதியாகி
ஓதி வைத்த முந்தை ஏட்டுமொழிச்
சேதி எல்லாம் மனத்துள் உரைத்து...
சாதிக் கூட்டம் கூட்டியாங்கு
வீதிதோறும் குழப்பம் விதைத்தே
பதைத்த மனம் பயந்திடவே,
விதைத்த பணம் பெருகிடவே,
உதைத்து மக்கட் குருதி உறிஞ்சி
மமதைக் கூட்டம் வாழுங் கொடுநாடு"
"கெட்டவனும் பாட்டெழுத - அதைச்
சுட்டவனும் ஏட்டெழுத - மதமெனத்
தொட்டவன் தான் கூட்டிவைத்தான் - ஊர்க்
கெட்ட கதை யாரறிவார்."
"பாரதியும் கூவித் திரிந்தான்.!
யாரதனைக் கேட்டு நின்றார் - அவன்
தாசனும் தான் இடித்துரைத்தான் - அவன்
போதனை தான் யார் கேட்டார்.?
"மண்ணுரிமை, பெண்ணுரிமை — உழுகுடிக்கு வாழ்வுரிமை,
தண்ணீரில் சமஉரிமை — ஈழத்தார் அரசுரிமை
எவ்வுரிமை யாதாயினும் எங்காயினும் - கை

ஏந்தி நிற்கும் கீழ்நிலையே பாரேந்தியத் தமிழருக்கு!
“மானங்கெட்டான், மதிகெட்டான், கிருக்கனவன்,
தீனங்கொண்டான், பல கோலங்கொண்டான்.! - பொருள்
குறித்ததெல்லாம் குவித்து வைத்தான்!
சரிந்த மானம் மறந்து நின்றான் அவன் தமிழன்”
என்று காக்கை பலபடப் பாட...
காலை இதம் ஏனோ கண்களை சிவப்பாக்கியது.
வெம்பிய மனம் தேம்பியதின் வெளிப்பாடு
செங்கதிரின் இடையூடாய் தீக்கனலாய் இறங்கிடவே..!
குப்பைத் தீனியாள், சப்பை மேனியாள்!
ஒற்றை வாலும், நாறும் வாயும்...
கற்றை இறகுகளும் கார் ஒப்ப நிறமும்,
கழுத்தை ஆட்டியாட்டி எம்குல
இழுக்கைப் பாடிடவே நான் கட்டினை இழந்திட்டேன்.
மறுமொழி யான் பகரவில்லையால் - அதன்
திருவில்லா மொழி ஏற்றாற்ப் போலன்றோ!
“புழுதியில் புதைவதும் - பின்
கழிவினில் கமழ்வதும்
விதி எனக் கொண்ட காக்காய் கேள்!
மாந்தர் குலம் அனைத்தினுக்கும்
ஏற்றகுணம் நீ உரைத்தாய்!
ஏந்தியழையாள் பெற்ற மகன்றன்,
தமிழ்குலம் நீ ஏன் மறுத்தாய்?
பாரெல்லாம் கேட்டுப் பார் - நற்றமிழ்
ஊரெல்லாம் கேட்டுப்பார்.!
மண்மகிமை எம் மனமகிமை
நண்ணும் இந்த நாடதிலே,

விண்ணவரும் ஓர் காலம்
பண்பாடி நின்ற குலமகிமை!
குறுக்கிட்ட துட்ட காக்கை
இடைமறித்த கருத்தக் கிருக்கி - நான்
சொன்னதெல்லாம் மறுத்ததுவே
உமக்கு நேரம் கூடாது - உம்போல்
எனக்கு வேட்கை தாழாது.
பிணக்கு உம்முள் பலவுண்டு - ஈழப்
பிணக்குவியல் பாரீரோ!''
தப்பேதுமறியா உறவுகள் அங்கே!
முப்போதும் காத்திருந்தார் நீதிக்காய்
இப்போது சாகத் துணிந்தார் நிலத்துக்காய்.!
பல்லுதவி அளித்தீரே சோதரரை அழித்திடவே!
மானங்கெட்ட மடத்தமிழா! எப்போது நீரெழுவீர்
நான் உம்மை போலல்லவே!
எனைப் பிடிக்க பொறியொன்றிருக்க - அறிந்தால்
இமைப் போழ்தில் காடேகுவேன்..!
நீரோ.! படுத்திருந்தவன் எழுந்து - ஆயுதம்
எடுத்து வரும் வரையில் ஓய்ந்திருப்பீர்.!
அடுத்தடுத்து நாடகமோ! அரசியலோ!
நடத்தும் உம் நாடகக் களேபரத்தை!
சரி..! அதை விடும். நாளை ஒன்று...
விரிவாய் சொல்வேன்! - இன்று
தறிகெட்ட உம் இனம் பற்றின போதும்.
சரியென நீவீர் செய்தன....! நாளை வந்து கூறும்?
என்று காக்கை வானில் மிதந்து
சென்று கொண்டே கரகரத்துப் பாடியது.

"யாக்கையெலாம் நஞ்சு நிறைந்தவா; - இக்
காக்கை குலத்தை இழித்துரைப்பதோ! தகுமோ"
என்ற அதன் பாடல் வரியும் சீற்றந் தந்தன.
அக்கருத்தப் பறவை பொறையிலா உரையைக்
கொக்கரித்துக் கூறிச் செல்ல - அப்
பிச்சைக்காரியின் கொச்சை மொழியால் - குல
விச்சை இழிந்தது. விடேன்! விடேன்!
மனிதத் தோற்றமே குறையுடைத்தாயினும்
இனிதம் மனத்தைப் புடமிடலாகாதோ?
உடையது அணிந்த நாழிகை தொட்டே,
உடையது எல்லாம் குறை கூறித்திரிய....
தகவமைத்த மனிதம் - இப்பரதேசி
அகவி விட்டதாலே மாற்றம் பெறுமோ!?
ஐயோ! நேரம் பல ஓடிற்று....!
ஓடினேன்! குளித்திலேன்!
உடைமாற்றி உடல் மூடினேன்!
குளிர் நறுமண நளபம் பூசி நல்லொரு நாற்றம் மேவி,
இயல்பு வாழ்வின் இன்முகம் மேவி,
வயல் வெளி தாண்டி வகுப்பறை ஏகினேன்....
காக்கைக் கூற்றும், கரகர ஒலியும்,
தேக்கின் இலையின் இரைத்த ஒலியும்,
காலைக் காற்றின் கவின்மிகுத் தூறலும்,
வந்துவந்து சென்று மகிழ்வைத்
தந்துதந்து நிறைவேற்றியது காக்கை மொழியே!
காலையில் கண்ட கவித்துவ இழிவு - புலி
வாலைப் பிடித்தவனாய் ஆக்கியது என்னை..!
மறுமொழி பகரேனேல் அத்துட்டப் பறவை

தருமொழி எல்லாம் இனி ஏற்க நேருமே...
வகுப்பறைப் பாடம் மனதினுள் இல்லை - அதன்
பகுப்புரைக் குலநலம் கொடுத்ததே நினைவில்!
வாடியக் காதலி மலர்முகம் கண்டிலை...
ஓடிய நண்பன் திண்தோள் பற்றிலை...
இருந்த இடத்தில் பொருந்திய பருந்தாய்...
இருவிழி மருண்டு ஈழம் நினைத்தேன்..!
இது இது சரியோ! நடந்தது விதியோ!
எது எது சரியோ! வென்றது மதியே!
அவரவர் மனத்துள் கனன்ற தீதான்
எவரெவர் தவறுளர் என்பதில் அணைந்தது!
இரத்தம் ஆ! இரத்தம் எங்கும்
நித்தம் போர்க்களச் சத்தம்
புத்தம் வணங்குவரும் தத்தம்
சித்தம் கொலையே நித்தம்......
பால குமாரர் தம் விழிகள் வினவும்
இக்கோலம் எமக்கு யாரால் வந்தது?
யாரால் தீர்வது? — அடிமைக் காலம்
நீள்வதினும் மாள்வது நலமே.!
சகோதரச் சண்டையோ - வீரம்
பாவித்த அண்ணனின் துர் நாழியோ
மேலிட்ட உடையுமின்றி மார்பில் தை பட்டு
குவித்துக் கிடத்தக் கிடந்தார் அய்யோ.!
மனத்தால் சீறிய தமிழன்
குணத்தால் அங்ஙன மில்லை...
பணத்தால் உதவிய பாரதம் எம்
இரணத்தில் நடத்திய ஓர்வதம்...!

தெரிந்தோ இல்லையோ அக்காக்கை
அறிவித்தது குற்ற உணர்வே எனக்கு...
பாரதி! குரங்கை துணிந்து வினவினான்...
நான் அவன் போலில்லை...
முறுக்கிய மீசையும் மாபெரும் அறிவும்
திருத்திய பாகையும் சீரியத் தழிழும்
இருப்பவன் நானில்லையே..!
பின்னங்கால் பிடறிபட - இனி காக்கை
முன்னாலே வரேன்! வரேன்! என்றுத்
தன்னாலே புலம்பியபடி ஓடிவிட்டேன்.
காக்கையல்ல! யாதொன்றிடமும் இனி
யாக்கைச் சிறந்த மனுகுலத்தை ஏற்றிப்போற்றி
காக்கை மிக கடினம்...
வழக்காடுதலும் அங்ஙனமே...
கா....கா....கா..! எங்கோ அது கரகரவென்று!
கத்தும் சத்தம் காற்றில் வருகிறது....
இனி இங்கே இருப்பது நல்லதல்ல ஓடிடுங்கள்.!

www.ingramcontent.com/pod-product-compliance
Lightning Source LLC
La Vergne TN
LVHW041531070526
838199LV00046B/1620
* 9 7 9 8 8 8 5 6 9 6 7 7 7 *